சுவர்கள்

மாற்கு

நியூ செஞ்சுரி புக் ஹவுஸ் (பி) லிட்.,
41-பி, சிட்கோ இண்டஸ்டிரியல் எஸ்டேட்,
அம்பத்தூர், சென்னை - 600 050.
☎: 044 - 26251968, 26258410, 48601884

Language: Tamil
Suvargal
Author : **Mark**
N.C.B.H. First Edition: January, 2023
Copyright: Author
No.of Pages: 156
Publisher:
New Century Book House Pvt. Ltd.,
41-B, SIDCO Industrial Estate,
Ambattur, Chennai - 600 050.
Tamilnadu State, India.
Email: info@ncbh.in
Online: www.ncbhpublisher.in

ISBN. 978-81-2344-419-2
Code No. A4773
₹ **200/-**

Branches
Ambattur 044 - 26359906 **Spenzer Plaza (Chennai)** 044-28490027
Trichy 0431-2700885 **Pudukkottai** 04322- 227773 **Thanjavur** 04362-231371
Tirunelveli 0462-4210990, 2323990 **Madurai** 0452-2344106, 4374106
Dindigul 0451-2432172 **Coimbatore** 0422-2380554 **Erode** 0424-2256667
Salem 0427-2450817 **Hosur** 04344-245726 **Krishnagiri** 04343-234387
Ooty 0423-2441743 **Vellore** 0416-2234495 **Villupuram** 04146-227800
Pondicherry 0413-2280101 **Nagercoil** 04652-234990

சுவர்கள்
ஆசிரியர் : மாற்கு
என்.சி.பி.எச். முதல் பதிப்பு: ஜனவரி, 2023

அச்சிட்டோர்: **பாவை பிரிண்டர்ஸ் (பி) லிட்.,**
16 (142), ஜானி ஜான் கான் சாலை, இராயப்பேட்டை, சென்னை - 14
☎: 044-28482441

All rights reserved. No part of this book may be reprinted or reproduced or utilised in any form or by any electronic, mechanical, or other means, now known or hereafter invented, including photocopying and recording, or in any information storage or retrieval system, without permission in writing from the publishers.

என்.சி.பி.எச். முதற்பதிப்பிற்கான என்னுரை

ஒவ்வொரு ஆண்டும் ஆகஸ்ட் பத்தாம் தேதி இந்தியக் கத்தோலிக்கத் திரு அவை கறுப்புதினம் கொண்டாடுகிறது. அரசு தலித்துகளுக்கு வழங்கும் சலுகைகளைத் தலித் கிறிஸ்தவர்களுக்கும் வழங்கவேண்டும் என்று போராடுகிறது. சமத்துவம், சகோதரத்துவம் என்ற கொள்கைகளையே அடிப்படையாகக் கொண்டது கிறிஸ்தவம். அப்படியிருக்க தலித் கிறிஸ்தவர்கள் என்ற தனிப்பிரிவு கிறிஸ்தவத்தில் இருக்க முடியுமா? கேள்வி எழுகிறது. தீண்டாமை என்பது இந்தியாவைப் பொறுத்த அளவில் சமயங்களைக் கடந்த சமூகப் பிரச்சினையாக மாறியுள்ளது என்பதே எதார்த்தம். தலித் ஒருவர் கிறிஸ்தவராக மாறினால் அவர் கிறிஸ்தவராக மாறிவிட்டார்... எனவே அவரைச் சமமாக மதிக்க வேண்டும் என்று பொதுச் சமூகம் நினைப்பதில்லை. மத மாற்றத்திற்கு முன்பு அவரை எப்படி நடத்தியதோ அப்படியேதான் நடத்துகிறது.

கிறிஸ்தவத்திற்கு மாறிய அவரைக் கிறிஸ்தவ சமூகமாவது சமத்துவமாக, சகோதரத்துவமாக நடத்துகிறதா என்றால் அதுவும் இல்லை. அவரைத் தலித் கிறிஸ்தவர் என்று ஒதுக்கி தீண்டத்தகாதவராகவே நடத்துகிறது.

கிறிஸ்தவத்தில் தீண்டாமைக்கு இடம் இல்லை என்றாலும் தீண்டாமை சில இடங்களில் கடைப்பிடிக்கப்படுவதை திருச்சபைத் தலைவர்களால் தடுக்க முடியவில்லை. தீண்டாமையை ஒழிக்க வேண்டும் என்று விரும்பிய தமிழகத் திரு அவை பத்து அம்சத் திட்டத்தை 1990இல் கொண்டுவந்தது. பத்து ஆண்டுகளுக்குள் திரு அவையில் தீண்டாமை ஒழிக்கப்பட வேண்டும் என்ற இலக்கோடு தான் இத்திட்டம் கொண்டுவரப்பட்டது. 2000ஆம் ஆண்டிற்குப் பின் பத்து அம்சத் திட்டத்தை நிறைவேற்றியது பற்றிய ஆய்வை திரு அவை மேற்கொண்டது. திரு அவையில் தீண்டாமை ஒழிக்கப்படவில்லை... ஒருசில மறைமாவட்டங்களில் பத்து அம்சத் திட்டம் என்றால் என்ன என்றே தெரியவில்லை... தீண்டாமை தொடர்கிறது என்ற கசப்பான உண்மையை ஆய்வறிக்கை வெளிப்படுத்தியது. மீண்டும் திரு அவை பத்து அம்சத் திட்டத்தை எட்டு அம்சத் திட்டமாகச் சுருக்கி புத்துணர்ச்சியுடன், புது வேகத்துடன் நிறைவேற்றுவதாக அறிவித்தது. அதுவும் அறிவிப்போடு

நின்றுவிட்டது. தீண்டாமை பல வடிவங்களில் இன்றும் திரு அவையில் தொடர்கிறது.

கிறிஸ்தவத்தில் எந்த விதத்திலும் தீண்டாமை இருக்கக்கூடாது என்பதற்காக நவம்பர் இரண்டாம் ஞாயிறை தலித் விடுதலை ஞாயிறாகத் திரு அவை கடைப்பிடிக்கிறது. இது வெறும் வழிபாட்டோடு நின்று விடுகிறது. செயல் வடிவம் பெறவில்லை. காலத்திற்கு ஏற்றபடி தீண்டாமையும் பல புதுப்புது வடிவங்களில் வெளிப்படுகிறது.

திருமுழுக்குப் பெறும்போது ‘பசாசை விட்டுவிடுகிறாயா’ என்ற கேள்வி கேட்கப்படுகிறது. அதன் அர்த்தம் சாதியப் பசாசை விட்டு விடுகிறாயா என்பதே. தற்போது சில அருட்பணியாளர்கள் நேரடியாகவே ‘சாதியை விட்டுவிடுகிறாயா’ என்று கேட்கின்றனர். ‘விட்டு விடுகிறேன்’ என்ற பதில் சொன்னால்தான் திருமுழுக்கு கொடுக்கப்படுகிறது. திருமுழுக்குப் பெற விரும்பும் எல்லோருமே ‘விட்டு விடுகிறேன்’ என்றுதான் கூறுகின்றனர். ஆனால், அது வெறும் சடங்காகத்தான் இன்றும் தொடர்கிறது. இயேசு உயிர்ப்புப் பெருவிழா திருப்பலியில் மறுபடியும் திருமுழுக்கில் கொடுத்த வாக்கை புதுப்பிக்கும் விதமாக அதே உறுதியை மீண்டும் எடுக்க வேண்டும். அப்போதும் ‘சாதியை விட்டுவிடுகிறாயா’ என்ற கேள்விக்கு அனைத்துக் கிறிஸ்தவர்களும் எரியும் மெழுகுதிரியைக் கையில் ஏந்தியபடி ‘விட்டுவிடுகிறேன்’ என்றே பதில் சொல்கின்றனர். ஆனால், அன்றாட வாழ்வில் சாதியோடு தான் வாழ்கின்றனர். ‘இயேசுவா...? சாதியா...?’ என்ற கேள்வியைக் கிறிஸ்தவர்களிடம் கேட்டால் எத்தனை பேர் திறந்த மனதுடன் உண்மையான பதிலைச் சொல்வார்கள் என்று தெரியவில்லை. உதடுகள் ‘இயேசு’ என்று கூறும். ஆனால் மனம்...?

திரு அவையை வழிநடத்தும் ஆயர்கள், குருக்கள், துறவி களிடமும் சாதியம் இருக்கிறது என்பதை யாரும் மறுக்கவோ மறைக்கவோ முடியாது. எண்ணற்ற உதாரணங்களைச் சொல்ல முடியும். இந்த நிலை என்று மாறும் என்ற கேள்வி கேள்வியாகவே இருக்கிறது.

இந்த முன்னுரையை எழுதும்போது புதுக்கோட்டை மாவட்டம் முத்துக்காடு என்ற கிராமத்தில் தலித்துகளின் குடிநீர்த் தொட்டியில் மலத்தைக் கலந்து தங்களது வக்கிரமத்தை, வன்மத்தை, வெறுப்பை வெளிப்படுத்திய வன்கொடுமையைப் படித்து இடிந்துபோனேன். இப்படியும் நடக்குமா என்று கற்பனை செய்துகூடப் பார்க்கமுடியாத

தீண்டாமையின் உச்சம் இது. வாழும் இடங்கள், பள்ளிகள், விடுதிகள், சாலைகள், சமையலறைகள், சுடுகாடுகள், இடுகாடுகள் அனைத்துமே தனித்தனியாக எனத் தொடர்கின்றன. சாதியின் அடித்தளத்தில் அணிசேர்வது என்பது பள்ளியிலேயே ஆரம்பிக்கிறது. இக்கொடுமை என்று மாறும்?

நான் 1981இல் எழுதி, 1982இல் 'நம்வாழ்வு' இதழில் தொடராக வெளிவந்து, 1984இல் புத்தக வடிவம் பெற்றது 'சுவர்கள்' நாவல். ஆதிக்கச் சாதிக் கிறிஸ்தவர்கள் தங்களில் இறந்தவர்களைப் புதைக்க தனி இடங்களில் கல்லறைகளைக் கட்டிக்கொண்டனர். அதே இடத்தில் தலித் திறிஸ்தவர்கள் புதைக்கப்படக்கூடாது என்ற நோக்கில் ஒரு சுவரைக் கட்டி அதற்கு வெளியே தலித்துகளைப் புதைத்து தீண்டாமையைக் கடைப்பிடித்தனர். தமிழகத்தின் ஓர் இடத்தில் கல்லறைகளைப் பிரித்த தீண்டாமைச் சுவரை இடித்தபோது எழுந்த பிரச்சினையை மையமாக வைத்து கற்பனையாக எழுதிய நாவல்தான் 'சுவர்கள்.'

இடைப்பட்ட காலத்தில் 1982 முதல் 1984 வரை (சுவர்கள் புத்தகமாக வெளிவரும்முன்) கோட்டார் மறை மாவட்டம் கோடி முனையில் பங்குப் பணியாளராகப் பணிபுரிந்தேன். கிராமத்தார் அனைவரும் கிறிஸ்தவர்கள். ஒரே பிரிவினர். அங்கே கல்லறையில் தீண்டாமைச் சுவர் இல்லை. ஆனால், பணக்காரன்-ஏழை என்ற பாகுபாடு உண்டு. பணக்காரர்கள் தங்கள் நிலைக்கு ஏற்பத் தங்களில் இறந்தவர்களுக்குப் பல அழகிய வடிவங்களில் நினைவுச் சின்னங்களை எழுப்பியிருந்தனர். சிறிது வசதி குறைந்தவர்கள் சிறிய அளவில் கல்லறைகளைக் கட்டியிருந்தனர். ஆனால், ஏழைகளின் கல்லறைகளோ ஆறடி நீளமுள்ள மண் மேடுகள்தான். அதன்மேல் மரத்தாலான ஒரு சிறிய சிலுவை மட்டுமே.

இறந்த பின்பும் இந்தப் பாகுபாடு இருக்க வேண்டுமா? கல்லறையில் சமத்துவம் இருக்கக்கூடாதா? என்ற கேள்விகள் என் இதயத்தைத் துளைத்தன. கல்லறை அனைவருக்கும் பொதுவானது. ஆனால், பணக்காரர்கள் அதிக இடத்தை உபயோகிக்கின்றனர். ஏழைகள் அதிகம் இருந்தாலும் மிகக் குறைந்த இடத்தையே பயன்படுத்து கின்றனர். தற்போது கல்லறை நிறைந்துவிட்டது. புதைப்பதற்கு இடமில்லை. என்ன செய்வது?

1983இல் என் மனதில் ஒரு திட்டம் உருவானது. கிராமத்தினருக்கு விழிப்புணர்வு வகுப்புகள் நடத்தினேன். ஏழைகளே வந்தனர்.

அவர்களோடு பிரச்சினை பற்றி விவாதித்தேன். கல்லறையை மறு சுழற்சிக்குப் பயன்படுத்தலாமே என்ற கருத்தை விதைத்தேன். அது பலன் தந்தது. அன்பியக் கூட்டங்களில் விவாதிக்கச் சொன்னேன். அனைத்து அன்பியங்களுமே கல்லறையை மறுசுழற்சிக்குப் பயன்படுத்தலாம் என்று முடிவு செய்தது. முறைப்படி பங்குப் பேரவையில் முடிவெடுத்தோம். பின் கல்லறைகளைச் சம்பந்தப்பட்டவர்களே அகற்ற கால அவகாசம் கொடுக்கப்பட்டது. ஒரு குறிப்பிட்ட நாளில் கிராமத்தினர் அனைவரோடு நானும் சென்று கல்லறைகளை இடித்துச் சமமாக்கினோம். பணக்காரர்கள் பிரச்சினையை எழுப்பினாலும் ஏழைகள் ஒற்றுமையாக இருந்ததால் அவர்களால் எதுவும் செய்ய இயலவில்லை. ('பேருவகை' என்ற எனது சுயசரிதை நூலில் இதைப்பற்றி விரிவாக எழுதியுள்ளேன்.) இனிமேல் இறந்தவர்களைப் புதைத்தால் அந்த இடத்தில் சிறிய மரச் சிலுவை மட்டுமே அமைக்க வேண்டும். ஓர் ஆண்டிற்குப் பின் அதையும் அகற்ற வேண்டும் என்று மக்கள் முடிவெடுத்தனர். அதை இன்றுவரை கோடிமுனையினர் பின்பற்றுகின்றனர்.

கோட்டார் மறைமாவட்டத்தில் அனைத்துக் கடற்கரை கிராமங் களிலும் கல்லறைகளில் புதைக்க இடமில்லை என்ற பிரச்சினையே அப்போது இருந்தது. கோடிமுனை முன்னுதாரணத்தை ஒவ்வாரு கிராமத்தினரும் பின்பற்றினர். கல்லறைகளை இடித்து சமமாக்கி மறுசுழற்சி முறையைத் தொடங்கினர். அது ஒரு கலாச்சாரமாகவே கடற்கரை மக்களிடம் மாறிவிட்டது. தற்போது கோட்டார் மறை மாவட்டத்தின் அனைத்துக் கடற்கரை கிராமங்களிலும் இந்த நிலையே நீடிக்கிறது. விதிவிலக்காக எந்தக் கிராமமாவது இருக்கிறதா என்று எனக்குத் தெரியவில்லை.

நாற்பது ஆண்டுகள் கழிந்துவிட்டன. தமிழகத்தில் கிறிஸ்தவர்களின் நிலையை ஆராய்ந்தபோது இன்னும் கிறிஸ்தவத்தில் கல்லறைகளில் தீண்டாமை இருக்கிறது என்ற உண்மை நம்மைக் கொதிப்படையச் செய்கிறது. தீண்டாமைச் சுவர்கள் கல்லறைகளில் இருப்பதோடு ஒரே கிராமத்தில் ஆதிக்கச் சாதிக் கிறிஸ்தவர்களுக்கு ஓர் இடத்திலும், தலித் கிறிஸ்தவர்களுக்கு மற்றொரு இடத்திலும் கல்லறை இருக்கிறது என்ற நிலையே இன்றும் தொடர்கிறது.

இதுமட்டுமல்ல. இறந்த தலித் கிறிஸ்தவர்களின் உடலைக் கோயிலுக்கு எடுத்துச் செல்லக்கூடாது, வழிபாடு நடத்தக்கூடாது, ஆதிக்கச் சாதி கிறிஸ்தவர்களின் தெருக்கள் வழியாக இறந்தவர்களின் உடலை எடுத்துச் செல்லக் கூடாது என்ற நிலையில் சிறிது மாற்றம்

சில இடங்களில் ஏற்பட்டாலும் பெரும்பாலும் இவை தொடர்கின்றன. 'தூம்பா' என்னும் இறந்தவர்களின் உடலை எடுத்துச் செல்லும் வண்டிகள்கூட பொதுவானவைகள் அல்ல. ஆதிக்கச் சாதிக்கும், தலித்துக்கும் என்று தனித்தனியாகவே அவை இருக்கின்றன. இத்தகைய சூழலில் 'சுவர்கள்' நாவலின் மறுபதிப்பு வெளியாகிறது. இதை வாசிப்போர் மனதில் நிச்சயம் மாற்றத்திற்கான விதை அரும்பும் என்று நம்புகிறேன்.

நியூ செஞ்சுரி புக் ஹவுஸ் இதை மறுபடியும் வெளியிடுகிறது. இதற்காக அனைத்தையும் நிறுவன மேலாண்மை இயக்குனர் தோழர் சண்முகம் சரவணன் செய்துள்ளார்.

பொது மேலாளர் தோழர் இரத்தினசபாபதி இதற்குத் துணையாக இருந்துள்ளார். கணினியில் பதிவுசெய்து, அழகாக வடிவமைத்து, விரைவில் வெளிவர அனைத்தையும் செய்தவர்கள் அலுவலகத் தோழர்கள்.

இவர்கள் அனைவருக்கும் எனது இதயம் நிறைந்த பாராட்டுக்களும் நன்றியும்.

15-01-2023   மாற்கு
சென்னை-34

என்னுரை

சுவர்கள்...

நான் எழுதிய இரண்டாவது நாவல் இது.

என் நெஞ்சைத் தொட்ட, என்னை வெகுவாகப் பாதித்த பிரச்சனைகள், நிகழ்ச்சிகள், அனுபவங்கள் - இவைகளை மையமாக வைத்தே நாவல் எழுதி வருகின்றேன்.

அந்த வகையில் என்னை மிகவும் பாதித்த பிரச்சனைகளில் ஒன்று கல்லறைப் பிரச்சனை.

நான் பிறந்தது, வளர்ந்தது, கல்வி கற்றது, விசுவாசத்தில் வளர்ந்தது- அனைத்தும் ஒரு சிறிய கிராமத்தில்தான்.

அங்கே கிறிஸ்தவர்கள் பலர் இருந்தனர். இவர்கள் மூன்று பிரிவுகளாக இருந்தனர். ஒவ்வொரு பிரிவுக்கும் ஒரு கல்லறைத் தோட்டம் என மூன்று கல்லறைத் தோட்டங்கள் மூன்று இடத்தில் இருந்தன.

நவம்பர் மாதம் இரண்டாம் தேதி குருவானவரின் சர்பிளிசையும், ஸ்டோலையும் தூக்கிக்கொண்டு அக்கல்லறைகளுக்குச் சென்று வந்த அனுபவங்கள் பல உண்டு.

ஆரம்பத்தில் பிரச்சனையாகத் தோன்றாத இவைகள் என் அறிவு வளர வளர மிகப் பெரிய பிரச்சனையாகத் தோன்றி என்னை வாட்டியது.

இந்த நிலை எனது ஊரில் மட்டும் அல்ல, பல ஊர்களிலும் இருக்கின்றன என்பதைக் கண்டு நான் துடித்தது உண்டு.

ஒரே இடத்தில் கல்லறை இருந்தாலும் சாதியைப் பிரித்துக் காட்ட, இடையே சுவர்கள் எழுப்பப்பட்டு இருப்பதைக் கண்டு நான் இரத்தக் கண்ணீர் வடித்திருக்கிறேன்.

இத்தகைய பிரிவினைகள் இயேசுவின் மதிப்பீடுகளுக்கு மாறானவை என்று பெரும்பாலும் போதிக்கும் வர்க்கம், மக்களைச் செயலுக்கு இட்டுச் செல்வதாகத் தெரியவில்லை.

குருக்களிடமும், கன்னியர்களிடமும் இந்த சாதி உணர்வு இருக்கும் பொழுது இவர்களிடமிருந்து மாற்றத்திற்கான கருத்து வராது என்ற எண்ணமும் இதயத்தில் எழாமல் இல்லை.

ஆனால், மாற்றத்தை விரும்பிப் புரட்சியில் ஈடுபட்டவர்களின் போராட்டம் ஒடுக்கப்பட்டது என்ற நிகழ்ச்சி என் நெஞ்சைக் கசக்கிப் பிழிந்தது.

இன்று நாம் கிறிஸ்தவர்களாக இருக்கிறோம். நமது விசுவாசத்தை மலையை நகர்த்தியல்ல - மாறாக, கல்லறையில் இருக்கும் சுவர்களை உடைத்துத் தகர்த்து நமக்குக் கடுகளவாவது விசுவாசம் இருக்கிறது என்று நிரூபிக்க வேண்டும்.

மரத்தை வேரோடு பிடுங்கிக் கடலில் ஊன்றச் செய்வதல்ல-மாறாக, நமது உள்ளத்தில் நன்கு வேர்விட்டு வளர்ந்து இருக்கும் சாதி உணர்வை வேரோடு பிடுங்கிக் கடலில் எறிவதில்தான் விசுவாசத்தைக் காணமுடியும்.

அத்தகைய செயலூட்டும் விசுவாசத்திற்கான அழைப்பை விடுக்கிறது இந்த நாவல்.

இதை எழுத எனக்கு உற்சாகமும், ஊக்கமும் அளித்திருக்கிறார்கள் எனது அன்புமிகு நண்பர்கள்.

இந்நாவலை வாசித்து அதற்குச் 'சுவர்கள்' என்று பெயரிட்டு, ஓர் அழகிய அணிந்துரையும் வழங்கியிருக்கிறார் என் நண்பர் ஜோ அந்தோணி.

இதைத் தொடர் கதையாக தங்களுடைய பத்திரிகையில் வெளியிட்டனர் 'நம் வாழ்வு' நிறுவனத்தினர். அதன் அப்போதைய ஆசிரியர் அருட் தந்தை அல்போன்ஸ் பர்னாண்டோ.

இன்று இதைத் தனது இரண்டாவது புத்தகமாக வெளியிட முன்வந்துள்ளது வைகறை பதிப்பகம். அதன் தலைவர் அருட்திரு சி.கே.சுவாமி சே.ச.

இன்று புத்தக வடிவில் வெளிவரப் பெரிதும் உழைத்தவர் அருட்தந்தை ர.ஜார்ஜ் சே.ச.

இது நல்ல வடிவில் வெளிவர உழைத்திருக்கின்றனர் மரியன்னை அச்சகத்தார்.

நாவலுக்கு அழகிய அட்டைப் படம் வரைந்து கொடுத்தவர் திரு வினாயகம்.

'நம் வாழ்வு' இதழ்களில் இதைப் படித்துப் பாராட்டினர் ஆயிரக் கணக்கான வாசகர்கள்.

அனைவருக்கும் எனது நெஞ்சார்ந்த நன்றி.

1-1-1985 மாற்கு

முன்னுரை

சுவர்களைப் பார்க்குமுன்னே...

"உசிலம்பட்டியில் வாழும் எல்லோருக்கும் ஒவ்வொரு கையிலும் ஆறு விரல்கள் இருக்கும்" என்றான் அவன்.

"இது மடத்தனமான உளறல்?" - என்றான் மற்றவன்.

"உளறல் இல்லை. எனக்கு நன்றாகத் தெரியும். என் அனுபவத்தின் அடிப்படையிலேயே பேசுகிறேன்."

"அது என்ன அனுபவம்?"

"போன புதன் கிழமை உசிலம்பட்டியில் இருந்து வந்த ஒருவனைப் பார்த்தேன். அவனுக்கு ஒவ்வொரு கையிலும் ஆறு விரல்கள் இருந்தன. நான் கண்ணால் பார்த்தது இது. உசிலம்பட்டிக்காரர்களைப் பற்றி உங்களுக்கு என்ன தெரியும்? அவர்களுக்கு ஆறு விரல்கள்தான்."

★ ★ ★

மேற்குறிப்பிட்ட நபரின் 'மேதாவித்தனத்தை' யாரும் மறுக்க மாட்டார்கள். ஆனால் இந்த நாட்டில் முப்பத்தைந்து கோடிக்கும் மேலான மக்களை காலங்காலமாக வாட்டி வதைக்கின்ற வறுமை இருக்கிறதே, அதைப்பற்றி இதற்கு இணையான மேதாவித் தனத்துடன் சிந்திப்பவர்கள், பேசுபவர்கள் நம்மில் அநேகர் இருக்கிறார்கள். இவர்களில் படித்தவர்கள், துறவியர், குருக்கள், தலைவர்களும் இருப்பதுதான் வேதனையான வேடிக்கை.

"ஏழைகள், ஏழைகள் என்று பேசுகிறீர்களே, உங்களுக்கு என்ன தெரியும்? அந்தச் சுப்பன் தான் பரம ஏழை என்று அழுது, புலம்பிக் கொண்டு வந்தான். அவனுக்கு எவ்வளவு முயற்சிகள் செய்து அந்த வேலை வாங்கிக் கொடுத்தேன், தெரியுமா? ஒரு வாரம் கூட இல்லை, ஓடிப்போய் விட்டான். இந்த நாட்டில் ஏழ்மை இருந்தால் அதற்குக் காரணம் இதுதான். சோம்பேறித்தனம் பொறுப்பற்ற குணம். ம்... இவர்கள் முன்னேறவே மாட்டார்கள்" என்று முழங்குகிறவர்கள் இருக்கிறார்கள்.

"கஞ்சிக்குக்கூட வழியில்லாமல் கஷ்டப்படுபவர்கள் இங்கே இருப்பதாகத் தயவுசெய்து என்னிடம் சொல்லாதீர்கள். நீங்கள் சேரிக்குப் போயிருக்கிறீர்களா? நான் போயிருக்கிறேன். சேரியில்

அந்தக் குடிசைக்குள் நான் போய் பார்த்திருக்கிறேன். அவர்கள் டிரான்சிஸ்டர் வைத்திருக்கிறார்கள், சார், டிரான்சிஸ்டர்! கஞ்சிக்கு இல்லாமல் கஷ்டப்படுபவர்கள் இருக்கிறார்களாம்!" என்று அடித்துப் பேசுகிற அன்பர்கள் இருக்கிறார்கள்.

"ஜனத்தொகை குறைந்தால் போதும். இங்கு வறுமை இருந்த இடம் தெரியாமல் மறைந்து விடும்" என்று பேசுகிற பெரியவர்கள் இருக்கிறார்கள்.

உலகின் பெரும் பகுதிகளைப் பன்னெடுங் காலமாய்ப் பாதித்து வந்திருக்கும் ஒரு மாபெரும் பிரச்சனைக்கான காரணங்களை விஞ்ஞான ரீதியில், அறிவுப் பூர்வமாய் அலசி ஆராய்ந்து அறிந்துகொள்ளாமல் தங்களது குறுகிய பார்வையை மட்டும் நம்பி தீர்ப்புச் சொல்லுகிற இந்த அறியாமை இயேசுவின் சீடர்களில் பலரது கண்களைக் கருப்புத் துணியால் கட்டிப் போட்டிருக்கிறது.

வறுமை, சாதி போன்ற நம் நாட்டின் பெரும் பிரச்சனைகளைப் பற்றி நம்மில் பலர் காட்டும் அலட்சியத்திற்கு இந்த அறியாமையும், அறியாமையை அறிவு என்று அடித்துப் பேசுகிற 'மேதாவித்தனமும்' முக்கிய காரணங்கள் என்று எனக்குத் தோன்றுகிறது.

★ ★ ★

சமுதாய அவலங்களின் உண்மையான காரணங்களை உணர்ந்து கொண்ட சிலருக்கு இவற்றைப் பற்றி எண்ணுகின்ற போது வேதனையும் கவலையும் மட்டுமல்ல கோபமும் ஏற்படுகிறது. இவற்றை எதிர்த்துப் போராட வேண்டும் என்கிற வேகமும் ஏற்படுகிறது.

இத்தகையவர்களில் நண்பர் மாற்கும் ஒருவர். சமுதாய அநீதிகளின் மீது உள்ள கோபமும் மாற்றத்திற்கான மோகமும் இவரது எழுத்துக்களில் எல்லாம் எதிரொலிக்கின்றன. 'வருவான் ஒரு நாள்' என்ற இவரது முதல் நாவலிலும் அண்மையில் 'நம் வாழ்வு' இதழில் பல வாரங்கள் தொடர்ந்து வந்த 'கத்தியின்றி இரத்தமின்றி' தொடர் கதையிலும் இவையே மேலோங்கி நிற்கின்றன.

இந்த 'சுவர்களிலும்' தெளிவாய்த் தெரிவது இந்த உணர்வுகள்தான். மாற்கு காசுக்கோ, புகழுக்கோ கதை பின்னுகிற ரகமல்ல. எழுதுவது இவரைப் பொறுத்தமட்டில் ஒரு புனிதப் பணி. இறையரசை இங்கே முழுமையாய் மலரச் செய்வதனை இலட்சியமாகக் கொண்ட சீடனின் திறமை பிறப்பிக்கின்ற கடமை.

பல ஆண்டுகளாய் மாற்கு என் இனிய நண்பர். நட்பின் அடிப்படையில் அவருக்கும் எனக்கும் இடையே ஓர் உடன்பாடு

இருக்கிறது. அதன்படி அவர் பெற்றெடுக்கிறார் - நான் பெயர் சூட்டுகிறேன்.

வேதனையோடும் வெற்றியுணர்வோடும் மகிழ்வோடும் அவர் கதைக் குழந்தைகளைப் பிரசவிக்கிறார். அவற்றை நான் உச்சந்தலை முதல் உள்ளங்கால் வரை ஆர்வத்தோடு இரசித்து அழகு பார்த்து, செல்லமாய்ச் சீண்டி சிரிக்க வைத்து, அங்கும் இங்கும் ஆசையாய்க் கிள்ளி அழவிட்டு, பிறகு பொருத்தமானது என்றெனக்குத் தோன்றியதைப் பெயராகச் சூட்டி மகிழ்கிறேன்.

அடியேன் சூட்டிய பெயர்களைச் சுமந்துகொண்டுதான் மாற்கின் மூன்று நாவல் பிள்ளைகளும் ஊரெங்கும் போகின்றன. இது அவர் அன்போடு எனக்குத் தரும் உரிமை - பெருமை.

கதாபாத்திரங்களை உருவாக்கி சம்பவங்களை அழகாய்க் கோர்த்து, திடீர்த் திருப்பங்களோடு சுவையாகக் கதை சொல்லும் திறமை இவருக்கு வாய்த்திருக்கிறது. சமுதாயம் பற்றிய தன் எண்ணங்களையும் உணர்வுகளையும் சுவையான கதைகளில் குழைத்துத் தருவதால் அவை எளிதாகப் பலரைத் தொடுகின்றன.

மாற்கு ஆக்கியுள்ள 'சுவர்கள்' எனும் இந்த நாவல் நம் அனைவரின் கண்களுக்கு ஒளி சேர்த்து இறைவனின் மக்களைப் பிரிக்கின்ற சமுதாயச் சுவர்களை அடையாளம் கண்டுகொள்ளச் செய்யட்டும்! இச்சுவர்கள் விழ வேண்டும் என்கிற வேட்கையை நம் இதயங்களில் விதைக்கட்டும்! அண்ணல் இயேசுவின் நாமத்தை உச்சரிக்கும் அவரது சீடர்கள் எல்லோரும் ஆளுக்கொரு கடப்பாரை எடுத்துவந்து இந்த அவமானச் சுவர்களை அழித்துத் தகர்க்கும் நாள் அண்மையில் வருவதற்கு உதவட்டும்!

இலொயோலாக் கல்லூரி
சென்னை - 600 034
25-12-1984

எம்.ஏ.ஜோ, சே.ச.
செயலர்,
வைகறை பதிப்பகம்.

சுவர்கள்

1

அப்பொழுது மாலை மணி ஆறு இருக்கும்.

தனியார் பஸ் ஒன்று புதுக்குடியை நோக்கி விரைந்து கொண்டிருந்தது.

பஸ்ஸில் அமர்ந்திருந்த இளைஞன் செல்வம் நிலை கொள்ளாமல் தவித்தான்.

அந்தப் பஸ் ஊரை நெருங்க நெருங்க அவனது தவிப்பும் அதிகரித்தது.

ஊருக்குச் செல்ல வேண்டும்; பெற்றோர்களைப் பார்க்க வேண்டும்; உற்றார் உறவினர்களைச் சந்திக்க வேண்டும்; அங்கேயே புது வாழ்வு வாழ வேண்டும் என்று திட்டமிட்டு வந்த அவனது உறுதி பலமாக ஆட்டம் கண்டது.

ஊர் வரவேற்குமா...? வெறுத்து ஒதுக்குமா...? என்ற ஐயம் அந்த இறுதி நேரத்தில் பலமாக அவனது இதயத்தில் எழுந்து அவனை வாட்டியது.

அவனுக்கு வயது இருபத்திரெண்டு இருக்கும். நல்ல உயரம். கருப்பும் இல்லாமல் சிவப்பும் இல்லாமல் இரண்டும் கலந்த மாநிறம். ஒட்ட வெட்டப்பட்ட முடி. மீசையற்ற முகம். சுருங்கச் சொன்னால், இக்கால இளைஞரிடமிருந்து முற்றிலும் மாறுபட்ட தோற்றம்.

அந்த இளைஞனின் இதயத்தில் இறுதி நேரத்தில் எழுந்த அந்த ஐயம் நியாயமானதுதான்.

ஆம்... அவன் எப்படி ஊருக்குள் நுழைவான்...? எந்த முகத்தோடு அவ்வூர் மக்களைச் சந்திப்பான்?

ஐந்து வருடங்களுக்கு முன்பு நடந்த அந்த நிகழ்ச்சி இன்னும் அவனது உள்ளத்தில் பசுமையாக இருந்தது.

அவனது இதயத்தில் பசுமையாக இருந்த அந்த நிகழ்ச்சியை ஊரார் மட்டும் மறந்திருப்பார்கள் என்று எப்படிக் கூறமுடியும்...?

அந்த நிகழ்ச்சியை நினைத்தபொழுது அவனது கண்கள் கலங்கின. அவனது இதயம் இரத்தக் கண்ணீர் வடித்தது.

ஊருக்குச் செல்ல வேண்டும் என்ற எண்ணத்தில் சிறிது தயக்கம் ஏற்பட்டது.

வேண்டாம்... ஊருக்குச் செல்லவே வேண்டாம். ஊரைவிட்டு ஐந்து ஆண்டுகளுக்கு முன்பே வெளியேறியாகிவிட்டது. வெளியேறியது வெளியேறியபடியே இருக்கட்டும். வேறு எங்காவது சென்று எப்படியாவது வாழலாம் என்ற எண்ணம் அவனது இதயத்தில் முளையிட ஆரம்பித்தது.

விரைந்து சென்ற அந்த பஸ்ஸைப் போல இதயத்தில் தோன்றிய எண்ணமும் விரைந்து வளர்ந்து அவனை உடனே ஒரு முடிவு எடுக்கத் தூண்டியது.

ஆனால், விரைந்து எடுக்கும் முடிவு அறிவுப் பூர்வமாக இருக்காது என்பது அவனுக்குத் தெரியும். ஒரு நல்ல முடிவு எடுக்க அவனுக்குச் சிறிது அவகாசம் தேவைப்பட்டது.

புதுக்குடிக்கு இன்னும் ஒரு கிலோ மீட்டர் தூரம்தான் இருந்தது.

செல்வம் எழுந்தான். கண்டக்டரிடம் சொல்லிப் பஸ்ஸை நிறுத்தினான். பஸ் நின்ற அந்தக் காட்டிலேயே தனது சூட்கேசுடன் இறங்கினான்.

அமைதியான இடத்தை நாடி அவனது கண்கள் அலை பாய்ந்தன.

ரோட்டின் வலப்புறம் ஒரு கிணறு இருப்பதைக் கண்டு சூட்கேசுடன் அங்கு சென்றான். கிணற்றின் விளிம்பில் அமர்ந்தபடியே தனது எதிர்காலத்தைப் பற்றி நினைத்தான். அப்போது-

தற்செயலாக வயலின் வலப்புறத்தைக் கண்ட அவனது கண்கள் வியப்பால் விரிந்தன. அதையே இமைக்காமல் பார்த்தான்.

அங்கே...

பச்சைப் பசேல் என்றிருந்த பயிருக்கு நடுவே ஒரு பொம்மை இருந்தது. அது ஒரு துணிப் பொம்மை. சோளக் காட்டுப் பொம்மை. இரவில் திருட வருகிறவர்களுக்குப் பயமூட்ட, பகலில் மக்களின் தீய கண்கள் படாமல் காக்க, பறவைகளின் தொல்லையிலிருந்து பயிரைப் பாதுகாக்க அமைக்கப்பட்ட பொம்மை.

அந்தப் பொம்மை கடந்த கால வாழ்வுக்கு அவனை அழைத்துச் சென்றது.

இந்தப் பொம்மையைப் போலத்தானே அவனும் கடந்த ஐந்து ஆண்டுகளாக எந்தவிதமான உணர்ச்சியும் இன்றி வாழ்ந்திருக்கிறான்.

கடந்த கால எண்ணம் எழுந்ததும் அவனது முகம் சுருங்கி வெறுப்பைக் காட்டியது.

காறி உமிழ்ந்து கீழே துப்பினான்.

கடந்த ஐந்து ஆண்டு கால வாழ்வின் அனுபவம், அதன் நினைவு, அதன் பலன் அனைத்தையும் அந்த எச்சிலோடு சேர்த்து வெளியே துப்பினான்.

அப்பொழுது-

அவனது காலுக்கு அடியில் இருந்த அந்த சூட்கேசை அவனது கண்கள் கண்டன.

அதுவரை வாழ்ந்து வந்த வாழ்வை விட்டுவிட்டு வந்த பொழுது அவனுக்குக் கிடைத்த பொருட்கள் அப்பெட்டிக்குள் இருந்தன. வெறுப்புடன் அப்பெட்டியைப் பார்த்தான்.

அந்தப் பாவிகள் கொடுத்த பொருட்களையா ஊருக்குக் கொண்டு செல்வது? அவர்கள் கொடுத்த பொருட்களுடனா புதுவாழ்வைத் தொடங்குவது?

அவன் தொடங்கப் போகும் புது வாழ்வில் பழைய வாழ்வின் வடுக்கூட இருக்கக்கூடாது என்ற வெறி பிறந்தது.

வெறுப்போடு பெட்டியைத் தூக்கிக் கிணற்றிற்குள் எறியப் போனான். அப்பொழுது -

வேறு ஒரு எண்ணம் அவனைத் தடுத்தது.

அந்தப் பெட்டிக்குள் அவனது சர்ட்டிபிகேட் இருந்தது. இளங்கலைப் பட்டப் படிப்பு படித்து முதல் வகுப்பில் வெற்றி பெற்றதற்கான சான்றிதழ் அது.

அதை நினைத்ததும் அவனது கண்கள் பனித்தன. அதைப் பெறுவதற்காக இரவு, பகல் என்று விடாமல் படித்த காட்சி அவனது மனக்கண் முன் தோன்றியது.

அடுத்த வினாடியே மறு எண்ணம் தோன்றி அவனை மறுபடியும் வெறியனாக்கியது.

இந்தப் படிப்பும் அவர்கள் கொடுத்த பிச்சையினால் தானே? இது வேண்டாம். இது கொடுக்கும் வேலையும், அதற்குப் பின்னால் இருக்கும் சுக வாழ்வும் வேண்டாம்... வேண்டவே வேண்டாம் என்ற எண்ணம் தோன்றவே அந்த சூட்கேசை அப்படியே தூக்கிக் கிணற்றுக்குள் எறிந்தான்.

அவனது ஆத்திரம் தணியவில்லை. அவனது உடல் தீயாக எரிந்தது. அவன் அணிந்திருந்த ஆடையும் அவர்கள் கொடுத்த பிச்சைதானே என்ற எண்ணம் உதிக்கவே, அவைகளையும் கழற்றிக் கிணற்றில் எறிந்தான்.

அந்த நிலையில் அவனும் கிணற்றில் குதித்தான். பழைய வாழ்வின் எந்தச் சுவடும் இருக்கக் கூடாது என்று தண்ணீரில் மூழ்கி மூழ்கி எழுந்தான். புதிய வாழ்வுக்கான முழுக்கு என உணர்ந்தான். இந்த உணர்வு ஏற்படவும் அவனது இதயம் லேசாகியது.

ஒரு புது மனிதனாக, புது உற்சாகத்துடன் கிணற்றிலிருந்து வெளியேறினான்.

வெளியேறிய அவன் விரைந்து சென்று வயலின் மூலையிலிருந்த அந்தப் பொம்மையை அடைந்தான். அதைச் சுற்றியிருந்த அந்த வெள்ளை வேட்டியையும், சட்டையையும், கழற்றி அணிந்து கொண்டான்.

அந்த உடை அவனுக்குப் புத்துணர்ச்சியையும், உறுதியையும் அளித்தது. மனதில் ஒரு தெளிவு பிறந்தது.

ஊரார் என்ன சொல்வார்களோ? தன்னை ஏற்றுக் கொள்வார்களோ...? மாட்டார்களோ...? என்ற தயக்கமோ அச்சமோ இப்பொழுது மனதில் எழவில்லை.

என்ன சொன்னாலும் சொல்லட்டும் என்ற உறுதி பிறக்கப் புதுக்குடியை நோக்கிப் புது உற்சாகத்துடன் நடக்க ஆரம்பித்தான்.

அதற்குள் நன்றாக இருட்டிவிட்டது. இருட்டு என்றாலும் பழக்கப்பட்ட பாதைதானே என்று தைரியமாக நடக்க ஆரம்பித்தான்.

ஆனால், அந்தத் தைரியம் வெகு நேரம் நீடிக்கவில்லை. மெதுவாக நடந்த அவன் தூரத்தில் தெரிந்த ஒளியைக் கண்டு சிறிது பயந்தான்.

அந்த இரவு நேரத்தில் ரோட்டுக்கு அருகே என்ன ஒளி...?

பயம் லேசாக அவனை ஆட்கொண்டாலும் அறிய வேண்டும் என்ற ஆவலில் அந்த ஒளியை நோக்கி விரைந்தான்.

அது ஒரு கல்லறை.

அந்த ஊருக்குள் நுழைபவர்களை முதன் முதலில் வரவேற்பது அதுதான்.

அந்த ஊருக்கு வருபவர்கள் தங்களது எண்ணங்களையும், ஆசைகளையும், கனவுகளையும் அங்கேயே புதைத்து விட்டு

வரவேண்டும் என்பதற்கு அடையாளமாக அந்தக் கல்லறை அங்கே இருக்கிறதோ...?

அந்தக் கல்லறை தனது வாழ்வில் ஒரு பெரிய மாற்றத்தை உண்டாக்கப் போகிறது என்பதை அறியாமல் ஒளியால் கவரப்படும் விட்டில் பூச்சிபோல அங்கே சென்றான் செல்வம்.

அங்கே-

காற்றில் அசைந்தாடிய படி மெழுகுதிரி ஒன்று எரிந்து கொண்டிருந்தது.

அந்த மெழுகுதிரி ஒளியில் அவன் கண்ட காட்சி அவனது இரத்தத்தை உறையச் செய்தது. பயத்தால் உடல் நடுங்கியது. அந்த இரவு நேரக் குளிரிலும் அவனது உடல் வியர்த்தது. இதயம் வேகமாக, மிக வேகமாக அடிக்க ஆரம்பித்தது.

2

கல்லறையில் கண்ட அந்தக் காட்சியால் பயந்து நடுங்கிய செல்வம், தான் காண்பது கனவா அல்லது நனவா என்று தெரியாமல் திகைத்தான்.

தன்னைத்தானே கிள்ளினான். வலித்தது. சந்தேகமே இல்லை. நான் காண்பது நனவு தான்.

அங்கே-

ஒரு கல்லறையின் மீது முகம் குப்புற விழுந்து கிடந்தது ஓர் உருவம்.

யாரோ ஒருவன் கொலை செய்யப்பட்டு அங்கே கிடக்கிறான் என்று எண்ணிப் பயந்து நடுங்கிய செல்வத்தின் இதயத்தில், வேறு ஓர் எண்ணம் தோன்றி அவன் பயத்தைச் சிறிது நீக்கியது.

யாராவது நெருங்கிய உறவினர்களது பிரிவு தாங்காமல் இந்த ஆள் கல்லறைக்கு வந்து அழுதிருக்கலாமோ? துக்கம் மேலிட மயக்கம் அடைந்து விழுந்திருக்கலாமோ?

மயக்கமாகக் கிடக்கலாம் என்ற எண்ணம் தோன்றவும் உடனே சென்று அந்த ஆளுக்கு உதவ வேண்டும் என்ற ஆவல் அவனை உந்தித் தள்ளியது.

இருப்பினும் பயம் முழுவதும் நீங்காத நிலையில் மனம் 'திக் திக்' என்று அடித்துக்கொள்ள, உதவும் எண்ணத்துடன் மெதுவாக மெதுவாக நடுங்கியபடியே கல்லறையை நோக்கி நடந்தான்.

அடுத்த வினாடி...

இதயத்தில் எழுந்த வேறு ஒரு எண்ணம் அவனைக் கல்லறைக்குள் செல்லவிடாமல் தடுத்தது.

காரணம்...?

அக்கல்லறை உயர் சாதியினருடைய கல்லறை.

உயர் சாதியினர் கல்லறை மீது ஒருவன் விழுந்து கிடக்க வேண்டும் என்றால் கட்டாயம் அது உயர் சாதியினனாகத் தான் இருக்க வேண்டும். அரிசனனாகிய அவன் அந்த உயர் சாதிக்காரனைத் தொட்டுத் தூக்கி உதவலாமா? அதை உயர் சாதியினர் ஏற்றுக்கொள்வார்களா?

தயக்கம் ஏற்பட்டாலும் அவன் பின்வாங்கி விடவில்லை. 'ஆபத்துக்குப் பாவமில்லை' என்ற துணிவுடன் அந்த ஆளை நோக்கி விரைந்து நடந்தான்.

கல்லறையின் இரும்புக் கதவைத் திறந்துகொண்டு பளிங்கினால், சிமிண்டால், சுண்ணாம்பால் பல்வேறு வடிவங்களில், பல்வேறு அளவுகளில் கட்டப்பட்ட அந்தப் பணக்கார உயர் சாதியினரது கல்லறைகளிடையே விரைவாக நடந்து சென்று அந்த ஆள் விழுந்து கிடந்த கல்லறையை அடைந்தான்.

மெழுகுதிரி ஒளியில் விழுந்து கிடந்த அந்த ஆளைப் பார்த்ததும் திடுக்கிட்டுப் பின் வாங்கினான்.

அது அவனது மாமா சவரி...!

இவர் எப்படி இங்கே வந்தார்? உயர் சாதியினரது கல்லறையில் விழுந்து கிடக்க வேண்டும் என்றால்...? உயர் சாதியினர்கள் யாரையாவது இவர் மிகவும் அன்பு செய்தாரா...! இல்லையே...! உயர் சாதியினர்கள் என்றாலே வெறுப்பவராயிற்றே இவர்! அவர்களிடம் வேலை செய்வதுகூடப் பாவம் என்று நினைப்பவராயிற்றே! அதனால் மலைக்குச் சென்று விறகு வெட்டி அதன் வருவாயில் சுயமாக வாழ்ந்தவராயிற்றே...! அவர் இங்கே விழுந்து கிடக்கிறார் என்றால்...?

ஒருவேளை யாராவது அடித்துக் கொலை செய்து இங்கே போட்டு விட்டார்களோ...

மறுபடியும் பயம் அவனை ஆட்ட, நடுக்கத்தோடு கூர்ந்து பார்த்தான் செல்வம். சவரியிடமிருந்து மூச்சு வந்து கொண்டிருந்தது.

அதனால் பயம் சிறிது குறைய, உதவ வேண்டும் என்ற ஆவலில் குனிந்து அவரைத் தொட்டான்.

காய்ச்சல் நெருப்பாகக் கொதித்தது.

காய்ச்சல் இப்படி அடிக்கிறதே? இந்த நிலையில் ஏன் இவர் இங்கு வந்து கிடக்கவேண்டும்...? விடை புரியாமல் திகைத்தான்.

அப்பொழுது-

செல்வம் தொட்டதால் சிறிது உணர்வு பெற்ற சவரி மெதுவாக முணங்க ஆரம்பித்தான். "மேரி... போயிட்டியா...? என்ன விட்டுட்டுப் போயிட்டியா...?"

சவரியின் இந்த முணங்கலைக் கேட்ட செல்வம் திடுக்கிட்டான். மேரி போய்விட்டாள் என்றால்...? சவரியின் மகள் ஜெயமேரி போய் விட்டாளா....? இறந்துவிட்டாளா? அவனால் நம்ப முடியவில்லை. அவனது இதயம் வேதனையால் விம்மித் துடித்தது.

அவனது மனக்கண் முன்பாக ஜெயமேரி தோன்றினாள். ஐந்து ஆண்டுகளுக்கு முன்பு அவளைப் பார்த்த பொழுது அவள் பதினாறு வயதுப் பெண்ணாக, பருவத்தின் வாசலில் அடியெடுத்து வைத்தவளாக, இளமைத் துடிப்பு மிக்கவளாக, அழகின் முழுமையாக இருந்தாள். இன்று இருந்திருந்தால் இருபத்தொரு வயது நிறைந்த பருவ மங்கையாக, எழில் உருவமாக, அழகு ஓவியமாக இருந்திருப்பாள். சவரியின் ஒரே மகள் அவள். சிறு வயதிலேயே சிறிதும் எதிர்பாராத விதமாகத் தாயை இழந்த பெண் அவள். அவளா போய்விட்டாள்...?

செல்வத்தால் நம்ப முடியவில்லை. ஜெயமேரி இறந்திருந்தால் அவளை இங்கே புதைத்திருக்க மாட்டார்களே? இது உயர் சாதியினரது கல்லறை ஆயிற்றே? இந்தக் கல்லறைச் சுவருக்கு அப்பால் உள்ள அந்த ஏழை அரிசனங்கள் கல்லறையிலல்லவா புதைத்திருப்பார்கள். அப்படியானால் இது நிச்சயம் ஜெயமேரியாக இருக்காது.

அப்படியானால் இறந்தது யார்? யார் இந்த மேரி? நிச்சயம் உயர் சாதிப் பெண்ணாக இருக்கவேண்டும். மேரி என்ற பெயரில் சின்னப் பண்ணையாரின் அக்காதான் திருமணம் வேண்டாம் என்று கன்னியாக இருந்தாள். அவளா இறந்து விட்டாள்? அவள் இறந்து விட்டாள் என்றால் அதற்குச் சவரி ஏன் அழ வேண்டும்? சவரிக்கும் அவளுக்கும் என்ன உறவு...? காய்ச்சல் இப்படி நெருப்பாகக் கொதிக்கிறது. இந்த நிலையில் இங்கு வந்து அழ வேண்டும் என்றால்...?

இதயத்தில் எழுந்த எண்ண அலைகளை ஒதுக்கிவிட்டு, சவரிக்கு உதவும் எண்ணத்தில் தொட்டு எழுப்ப ஆரம்பித்தான். "மாமா... மாமா..."

அவன் சவரியை எழுப்ப எழுப்பச் சவரியின் புலம்பல் அதிகரித்தது. சப்தமும் கூடியது.

"மேரி போயிட்டியா... என்ன விட்டுட்டுப் போயிட்டியா...?" செல்வம் எவ்வளவோ முயன்றும் சவரியை எழுப்ப முடியவில்லை. சவரி தன் உணர்வுக்கு வரவே இல்லை.

உடல் நெருப்பாகச் சுடும் இந்த நிலையில் அவரை விட்டு விட்டுச் செல்லவும் செல்வத்திற்கு மனமில்லை. உதவ வேண்டும் என்ற ஆசை மேலிட்டது.

கீழே குனிந்து கஷ்டப்பட்டு அவரைத் தூக்கித் தனது வலுவான தோள்மேல் போட்டுக்கொண்டு ஊரை நோக்கி மெதுவாக நடக்க ஆரம்பித்தான்.

நல்ல இருட்டு. நேரம் முன்னிரவை எட்டிக்கொண்டிருந்தது.

சவரியைத் தூக்கிச் சென்ற செல்வம் ஊரின் எல்லையை அடைந்தான். அங்கே ஒரு காட்டாறு குறுக்கிட்டது. அக்காட்டாற்றின் மறுபுறம்தான் புதுக்குடி இருந்தது.

புதுக்குடி...

மேற்குத் தொடர்ச்சி மலையின் அடிவாரத்தில் அமைந்திருந்த, நான்கே தெருக்கள் உள்ள சிறிய கிராமம் அது. அந்த நான்கு தெருக்களும் சந்திக்கும் இடத்தில் ஒருசில கடைகள் இருந்தன. ஊரின் மையப் பகுதி அதுதான்.

அங்கிருந்து கிழக்கே வந்த தெருவின் முடிவில்தான் அக்காட்டாறு இருந்தது. மேற்கே சென்ற தெருவின் முடிவில் மாதா கோயில் இருந்தது. அந்தத் தெருவில் தான் உயர் சாதிக் கிறிஸ்தவர்கள் வாழ்ந்தார்கள். தெற்கே சென்ற தெருவின் இறுதியில் வன அதிகாரிகள் தங்கும் 'பங்களா' இருந்தது. அங்கிருந்து மலைக்குச் செல்லும் ஒற்றையடிப் பாதை சென்றது. வடக்கே சென்ற தெருவின் முடிவில் ஊர்க்குளம் இருந்தது. அக் குளத்தின் கிழக்கேதான் கிறிஸ்தவ அரிசனங்கள் வாழும் சேரி இருந்தது.

சவரியைத் தெருவழியாகத் தூக்கிச் செல்லச் செல்வம் விரும்பவில்லை. சவரியோடு அவனும் ஒரு காட்சிப் பொருளாக மாற விரும்பவில்லை.

அந்தக் காட்டாற்றின் கரை வழியாகவே வடக்கு நோக்கிச் சவரியைத் தூக்கிச் சென்றான். சிறிது தூரம் சென்றபின் ஆற்றின் மறு கரையை அடைந்து, பின்பு வயலில் இறங்கி வரப்பு வழியாகச் சென்று சேரியை அடைந்தான்.

சவரியின் வீடு அச்சேரித் தெருவின் கடைசியில் இருந்தது. இவ்வழியாகச் செல்லும் பொழுது முதல் வீடு. எனவே, யாருடைய கண்ணிலும் படாமல் சவரியின் வீட்டை அடைவது மிகவும் எளிதாக இருந்தது.

அங்கே-

அந்த நடு நிசியிலும் சவரியின் மகள் ஜெயமேரி குடிசையின் வாசலில் சவரிக்காகக் காத்திருந்தாள்.

அவளைக் கண்டதும் செல்வம் திகைத்துப் போனான். கடந்த ஐந்தாண்டுகளில் அவளிடம் ஏற்பட்டிருந்த உடல் வளர்ச்சியைக் கண்டு கிறங்கிப் போனான்.

ஐந்து ஆண்டுகளுக்கு முன்பாக ஊரைவிட்டு அவன் சென்ற போது அவள் அவனுக்காகவும், அவன் அவளுக்காகவும் கண்ணீர் விட்ட காட்சி நெஞ்சை நிறைத்தது.

செல்வத்தைக் கவனிக்காத ஜெயமேரி சவரியின் நிலையைக் கண்டு இடிந்து போனாள். அவளது உதடுகள் உணர்ச்சியால் துடித்தன.

அவசர அவசரமாகச் சவரியை அவளும் சேர்ந்து தூக்கி, குனிந்து குடிசைக்குள் சென்று கீழே கிடத்தினாள்.

அப்பொழுது-

அந்தக் குடிசையில் இருந்த மண்ணெண்ணெய் விளக்கின் ஒளியில் செல்வத்தைப் பார்த்தாள். பார்த்த அவளது கண்கள் வியப்பால் விரிந்தன. இமைக்காமல் அவனையே பார்த்தாள்.

செல்வமா வந்திருக்கிறான்; அவளால் நம்ப முடியவில்லை. அவளது மனக் கண் முன்பாக ஐந்து ஆண்டுகளுக்கு முன்பு நடந்த அந்த நிகழ்ச்சி திரைப்படம் போல ஓட ஆரம்பித்தது.

3

ஐந்து ஆண்டுகளுக்கு முன்பு ஒரு நாள்... கிறிஸ்தவ அரிசனங்கள் வாழும் அந்தச் சேரியே விழாக்கோலம் பூண்டு காணப்பட்டது. மக்கள் மகிழ்ச்சிக் கடலில் மூழ்கினர். அவர்களின் மகிழ்ச்சி அவர்களது ஒவ்வொரு செயலிலும் வெளிப்பட்டது.

வழக்கமாகக் காலையிலேயே எழுந்து, கூழைக் கரைத்துக் குடித்துவிட்டு வேலைக்குச் செல்லும் அவர்கள் அன்று வேலைக்குச் செல்லாமல் வீட்டில் இட்டிலி, தோசை என்று பலகாரம் செய்து உண்டார்கள். என்றாவது மாட்டுக்கறியை உண்ணும் அவர்கள் அன்று ஆட்டுக்கறி, கோழிக்கறி என்று சமைக்க ஆரம்பித்தார்கள்.

அந்த அரிசனங்களுக்கு என்று இருந்த பொது இடமாம் சாவடி வாழை மரங்களாலும் சேலைகளாலும் அலங்கரிக்கப்பட்டு, இருந்தது; அங்கிருந்த 'மைக்செட்' பாடல்களை முழங்கிக்கொண்டிருந்தது. எங்கும் ஒரே மகிழ்ச்சி வெள்ளம்.

இந்த மகிழ்ச்சிக்குக் காரணம் செல்வம்தான். ஆம்... அவனால்தான் அந்தச் சேரியே விழாக்கோலம் பூண்டு காணப்பட்டது.

காரணம்...?

அன்றுதான் செல்வம் தனது பெற்றோர் உற்றார் உறவினர்களைத் துறக்கும் நாள். அவர்களை விட்டுவிட்டு ஒரு குரு ஆவதற்காகக் குரு மடத்திற்குச் செல்லும் ஒப்பற்ற நாள்.

அரிசனங்களில் ஒருவன் குருவாகச் செல்வது அதுதான் முதன் முறை. செல்வத்தின் இந்தச் செயலால் தங்கள் சாதியின் அந்தஸ்தே உயர்ந்துவிட்டதாக ஒவ்வொருவரும் எண்ணினார்கள். அதனால்தான் அந்தச் சேரியே மகிழ்ந்தது.

செல்வம் அன்று காலையில் செல்ல வேண்டியதை முன்னிட்டு ஊரே அந்தச் சாவடி முன்பாக ஒன்றுகூடியது. அவனுக்கு மாலை அணிவித்து மரியாதை செய்தது.

ஊர் நாட்டாண்மைக்காரர் முத்து அவனைப் பாராட்டிப் பேசினார்.

சிலர் அவனது கால்களைத் தொட்டு வணங்கினார்கள்.

சில பெண்கள் கைக்குழந்தைகளைக் கொண்டு வந்து அவனைத் தொட்டு ஆசீர்வதிக்கச் சொன்னார்கள்.

சிலர் தங்களுக்காக வேண்டிக் கொள்ள வேண்டும் என்று அன்புக் கட்டளை இட்டார்கள்.

சில வயதானவர்கள் இவனை இனி எப்பொழுது பார்ப்போம் என எண்ணிக் கண்ணீர்விட்டார்கள்.

பல கனவுகளைக் கண்டுகொண்டிருந்த ஜெயமேரியின் கண்களும் குளமாயின.

செல்வம் புறப்படும் நேரம். அவனை இரட்டை மாடு பூட்டிய ஒரு வில்வண்டியில் அமர வைத்தார்கள். மேள, தாளம் முழங்கப் பட்டது. சிலர் தாளத்துக்கு ஏற்றபடி ஆட ஆரம்பித்தார்கள். ஒருசில இளைஞர்கள் சிலம்பாட்டத்தைத் துவக்கினார்கள். இந்த நிலையில் மகிழ்வுடன் ஊர்வலமாக அவனை அழைத்துச் சென்றார்கள்.

அரிசனன் ஒருவன் வில் வண்டியில் ஊர்வலமாக அழைத்துச் செல்லப்படுவது அதுதான் அவ்வூரில் முதன் முறை.

ஊர்வலம் முக்கியத் தெருவழியாகச் சென்று பஸ் நிலையத்தை அடைந்தது. ஊரே ஒன்றுகூடி அவனைச் சிறப்பாக வழியனுப்பி வைத்தது.

செல்வம் குருவாகத் திருநிலைப் பெற்று மகிழ்வுடன் ஊருக்குள் வரும் நாளை அரிசனங்கள் அனைவரும் ஆவலுடன் எதிர்பார்த்துக் கொண்டு இருந்தார்கள்.

ஊரே வியக்கும் வண்ணம் மிகச் சிறப்பாக அவனை வரவேற்க வேண்டும் என்று அனைவரும் நினைத்துக் கொண்டு இருந்தார்கள்.

இந்த நிலையில் திடீரென்று செல்வம் அங்கு வந்து நிற்கிறான் என்றால்...? அதுவும் அந்த அகால நேரத்தில்...?

ஜெயமேரிக்கு ஒரே வியப்பு, திகைப்பு. என்ன பேசுவது...? என்ன கேட்பது...? என்று ஒன்றும் புரியாமல் மௌனமாக நின்றாள்.

தனது இனிய கனவுகளைப் புதைத்துவிட்ட அவள், செல்வம் ஒரு நாள் துறவு உடையில் வருவான், அவனை ஒரு குருவாகக் காண்பேன் என்று கனவு கண்டு கொண்டிருந்த வேளையில் அவனது வருகை குழப்பத்தை ஏற்படுத்தியது நியாயம்தானே!

அவளது திகைப்பை உணர்ந்த செல்வம் அவளிடம், "என்ன ஜெயமேரி, வியப்பா இருக்கா? நான்தான் செல்வம்" என்றான்.

குழப்பம் சிறிதும் குறையாத நிலையில் செல்வத்தை வியப்புடன் பார்த்துக் கேட்டாள் ஜெயமேரி: "ஏன் இந்தக் கோலம்...? எப்ப வந்தீங்க?"

"இப்பத்தான் ஜெயமேரி வந்துக்கிட்டே இருக்கேன். இனிமே எப்பவுமே இந்தக் கோலந்தான்."

"என்ன...?" அதிர்ச்சியுடன் கேட்டாள் அவள்.

"ஆமா ஜெயமேரி. நான் சாமியாராகப் போகாம வந்துட்டேன்."

"என்ன?" அவளுக்கு அதிர்ச்சிக்கு மேல் அதிர்ச்சி,

"ஆமா, ஜெயமேரி, எனக்கு அந்த வாழ்வு பிடிக்கல; அங்கியைக் கழட்டிப் போட்டுட்டு வந்துட்டேன்."

அந்த வார்த்தைகளைக் கேட்ட ஜெயமேரி திடுக்கிட்டாள் சாமியாராகப் போனவன் திரும்பி வருவதா...? அவளால் நினைத்துக் கூடப் பார்க்க முடியவில்லை. அவனது செயலை அவளால் சீரணித்துக் கொள்ள முடியவில்லை. செல்வம் ஏதோ ஒரு தவறை, மிகப் பெரிய தவறைச் செய்து விட்டதைப்போல உணர்ந்தாள். அழகுப் பதுமையாக இருந்த அவளது அழகிய முகம் சிவந்தது. கண்களில் கோபம் கொப்பளித்தது. அவளது இதயம் கொதித்தது. உதடுகள் உணர்ச்சியால் துடித்தன.

அவளது உணர்வுகளைப் புரிந்துகொள்ளாத செல்வம் தொடர்ந்து கேட்டான். "என்ன ஜெயமேரி! பேசாம இருக்க. நான் செஞ்சது தப்புன்னு நினைக்கிறியா?"

இந்த வார்த்தைகள் கோபத்தில் துடித்துக்கொண்டிருந்த அவளைக் கொதித்து எழச் செய்தன. அவன்மேல் இருந்த மரியாதை மறைய ஏக வசனத்தில் கத்த ஆரம்பித்தாள்.

"போ வெளியே..."

"ஜெயமேரி..." அவளது செயல் அவனைத் திடுக்கிட வைத்தது. வியப்புடனும், வேதனையுடனும் அவளைப் பார்த்தான்.

"சீ... நீயும் ஒரு மனுஷனா... உன்னோடு பேசினாலே பாவம். இங்க நிக்காதே. உடனே போயிரு."

"ஜெயமேரி... ஏன்னு காரணம் கேட்டா இப்படிப் பேசமாட்ட..."

"உங்கிட்டக் காரணம் கேட்கத் தயாரா இல்லை. போ வெளியே."

"ஜெயமேரி... மாமாவைப் பாத்துக்க... உதவி..."

"சீ... யார் மாமா? உறவே வேண்டாம்னு போன நீ எப்படி மாமான்னு சொல்லலாம்? மாமாவாம் மாமா... உன் உதவியே வேண்டாம். நீ உடனே போயிரு."

"ஜெயமேரி, நீ என்ன வேணும்னாலும் பேசு. உங்கையாவுக்கு உதவாம நானு இங்கிருந்து போக மாட்டேன்."

அவனை வெறுப்போடு பார்த்தாள் ஜெயமேரி. நெருப்புத் துண்டுகளாக அவளது வாயிலிருந்து வார்த்தைகள் வெடித்துச் சிதறின.

"ஏன்... உதவுறது மாதிரி நடிச்சி என்ன என்னமும் செய்யலாம்னு பாக்கிறயா? இந்தப் பொம்பள ஆசையினாலதான நீ அங்கியக் கழட்டிப் போட்டுட்டு வந்துட்ட. போயிரு; போகல... கத்தி ஊரக் கூட்டிடுவேன்."

வேதனையுடன் ஜெயமேரியைப் பார்த்த செல்வம், வெறுப்புடனும், கோபத்துடனும், ஆத்திரத்துடனும் அங்கிருந்து வெளியேறினான்.

ஓரளவு படித்த ஜெயமேரியே இப்படி நினைக்கிறாள் என்றால்...! படிக்காத மற்றவர்கள்...!

சாமியாராகச் சென்றுவிட்டு, பின்பு அந்த நிலை பிடிக்கவில்லை என்று திரும்புவது தவறா...? பிடிக்காத பொழுதும் அங்கேயே நீடித்து இருக்க வேண்டுமா...?

இந்த மக்களுக்கு உண்மையை எடுத்துச் சொன்னால் நம்புவார்களா? அங்குள்ள முறைகேட்டை இவர்கள் உண்மையானது என்று ஏற்பார்களா? அல்லது பொய் கூறுவதாக என்னை வெறுத்து ஒதுக்குவார்களா?

தன்னை மிகவும் கேவலமாக, இழிவாக, ஏளனமாக இம்மக்கள் நடத்துவார்களோ?

வேதனையுடன் நடந்த அவன் எங்கே செல்வது என்று தெரியாமல் திகைத்தான். அந்த அகால நேரத்தில் வீட்டிற்குச் சென்று வீட்டில் உள்ளவர்களை அதிர்ச்சியடையச் செய்ய அவன் விரும்பவில்லை.

எனவே, அந்தச் சேரித்தெருவின் ஆரம்பத்தில் இருக்கும் சாவடிக்குச் சென்று இரவைக் கழிக்கலாம் என்று அங்கே சென்றான்.

அந்தச் சிறிய சாவடி நிரம்பி வழிந்தது. நல்ல வீட்டு வசதி இல்லாத அந்த அரிசன மக்களுக்கு இருந்த ஒரே பாதுகாப்பான இடம் அந்தச் சாவடிதான். எனவே அது ஆண்களாலும், சிறுவர்களாலும் நிறைந்து காணப்பட்டது.

அந்தச் சாவடியில் அவனுக்குக் கொடுத்த உபசாரம் நினைவுக்கு வந்தது. ஒரு நீண்ட பெருமூச்சு அவனிடமிருந்து வெளிப்பட்டது.

காலியாயிருந்த ஓரிடத்தில் அமர்ந்தான். அடுத்து என்ன செய்வது என்ற நினைவோடு அமர்ந்திருந்த அவனது கண்களைத் தூக்கம் தழுவியது. நேரம் நள்ளிரவை எட்டிக்கொண்டிருந்தது.

அப்பொழுது-

யாரோ பரபரப்புடன் நடந்து செல்லும் சப்தத்தைக் கேட்டு விழித்தான் செல்வம். அங்கே-

ஜெயமேரி முன்னால் நடந்து செல்ல அவளுக்குப் பின்னால் அந்த ஊர்ப் பங்குச் சுவாமியார் விரைந்து செல்வது தெரிந்தது.

இந்த நேரத்தில் பங்குச் சுவாமியார் செல்கிறார் என்றால்...? சவரியின் உயிருக்கு ஆபத்தா? உயிருக்கு ஆபத்து என்றால் டாக்டரையும் அல்லவா கூப்பிட வேண்டும்? சுவாமியாரை மட்டும் கூட்டிச் செல்வது என்றால்...? அப்படியே சுவாமியாரை அழைப்பது என்றாலும் யாராவது ஊர்ப் பெரியவரோ, ஆட்களோதானே அவ்வேலையைச் செய்வது வழக்கம்... ஓர் இளம் பெண், அதுவும் நடுநிசி வேளையில் தனியாகச் 'சென்று அழைத்து வருகிறாள் என்றால்...?

இதில் ஏதோ ஒரு புரியாத புதிர் இருப்பதாகத் தெரிந்தது அவனுக்கு.

அதே சமயத்தில்-

அவனது உள்ளத்தில் மெல்லிய, மிக மெல்லிய குரல் ஒன்று அவர்களைப் பின்தொடர்ந்து போ... போ... என்று கூறியது.

அக்குரலுக்குச் செவிசாய்க்காமல் இருக்க முயன்றான்; முடியவில்லை. மறுபடியும், அக்குரல் ஒலித்துக்கொண்டே இருந்தது.

அக்குரலின் சக்திக்கு இறுதியில் கட்டுப்பட்டான் செல்வம்.

மெதுவாக எழுந்து ஓசைப்படாமல் அவர்களைப் பின் தொடர்ந்தான்.

4

"சாமி... இந்த வீடுதான்" கூறியபடியே ஜெயமேரி குனிந்து நான்கடி உயரமே உள்ள கதவு வழியாக அந்த வீட்டிற்குள் நுழைந்தாள்.

அவளைத் தொடர்ந்து அவ்வூர் பங்குக் குரு ஜோசப் சுவாமிகளும் நுழைந்தார்.

அவருக்கு வயது சுமார் நாற்பது இருக்கும். ஒரு மாதத்திற்கு முன்புதான் அவ்வூருக்குப் பங்குத் தந்தையாக வந்திருந்தார். யாரையும் பகைத்துக்கொள்ளக் கூடாது, அனைவரையும் அனுசரித்துப் போக வேண்டும் என்ற கொள்கை உடையவர் அவர்.

அந்தக் குடிசைக்குள் சிறிய சிமினி விளக்கு எரிந்து கொண்டிருந்தது. அந்த மங்கலான ஒளியில் மூலையில் ஓர் உருவம் படுத்திருப்பதைப் பார்த்தார் அவர்.

ஜெயமேரி மூலையில் படுத்திருந்த தனது தந்தைக்கு அருகில் சென்று அமர்ந்து, "ஐயா... சாமியாரு வந்துட்டாரு. முழிச்சிப்பாரு" என்று அவனை எழுப்பினாள்.

"சாமி... கும்பிடுறேன்." போர்வையைக் கஷ்டப்பட்டு விலக்கிய பின் கையெடுத்துக் கும்பிட்டான் சவரி.

சுவாமியார் அவனது கரங்களைப் பிடித்தார். கை நெருப்பாகச் சுட்டது.

"உன் பெயரென்னப்பா?"

"சவரி, சாமி."

"என்ன செய்யுது?"

"காச்சல் அடிக்குது சாமி... உடம்பு நடுங்குது."

"மருந்து சாப்பிட்டியா?"

"இல்ல சாமி."

"ஏன் மருந்து சாப்பிடல? ஏதாவது காய்ச்சல் மாத்திரை சாப்பிட்டிருக்கலாமுல?"

"இல்ல சாமி. எனக்கென்னவோ நானு செத்துப் போயிடுவேன்னு எம் மனசுக்குப் பட்டுச்சு. அதான் ராத்திரின்னுகூடப் பாராம எம்மகளத்

தனியா அனுப்பி உங்களைக் கூட்டிக்கிட்டு வரச்சொன்னேன். உங்ககிட்ட தனியா நானு பேசணும்" இருமிக்கொண்டே சொன்னான் சவரி.

"முதல்ல அவஸ்த கொடுக்கட்டுமா?"

"வேண்டாம் சாமி. நானு சொல்றதக் கேட்ட பிறகு அவஸ்த கொடுங்க" என்று கூறியபடி சாமியாரைத் தனது பக்கத்தில் அமரச் சொன்னான். மகள் ஜெய மேரியையும் அருகில் அமரச் செய்தான்.

ஒரு நிமிடம் அமைதி நிலவியது. கண்களுக்கு முன்பாக எரிந்து கொண்டிருந்த சிமினி விளக்கையே பார்த்துக் கொண்டிருந்த சவரி இருமலுக்கிடையேயும், காய்ச்சலுக்கிடையேயும் சுவாமியாரிடம் கூற ஆரம்பித்தான்.

"சாமி... எனக்கு இருபத்திரெண்டு வயசு நடந்தப்ப நானு பஸ் கண்டக்டரா இருந்தேன். ஒரு ஞாயித்துக்கிழம காலையில கோயிலுக்குப் பூசைக்குப் போனேன்.

அதுக்கு மொதநாள் நல்ல மழை. தெரு பூராம் சகதி. ஆனா ஆளுக நடந்து நடந்து தெருவுல ஒரு ஆளு நடந்து போறாப்புல பாத இருந்துச்சு. அதவிட்டு கொஞ்சம் காலத் தள்ளி வச்சாலும் சகதியிலதான் இறங்கணும்.

கோயிலுக்கு அன்னைக்கின்னு நல்ல வேஷ்டி கட்டி, சட்டை போட்டுக்கிட்டுப் போனேன். கோயிலுக்கிட்ட இருக்கிற அந்த மேல் சாதிக்காரங்க தெருக்கிட்டப் போயிருப்பேன்.

அப்ப எதிர வயசுப் பொண்ணு ஒண்ணு தண்ணிக் கொடத்தத் தூக்கிக் கிட்டு வந்துச்சு. அது உயர்ந்த சாதிப் பொண்ணு. அதுக்கு வழிவிடாம நானு, ஒரு பறயன், அந்த நல்ல பாதையில போகலாமா? அதுக்கு வழி விடணும்னு அது கிட்ட வந்த உடனே வேட்டிய லேசாத் தூக்கிக்கிட்டு அந்தச் சகதியில் இறங்கினேன்.

அதே நேரத்தில் அந்தப் பொண்ணும் எனக்கு வழி விடணும்னு பாதைக்கு அந்தப்புறம் சகதியில இறங்கிருச்சி. எனக்கு ஒரே ஆச்சரியம், ஒரு அரிசனனுக்கு வழிவிட அந்தப் பொண்ணு சகதியில இறங்கிருச்சேன்னு.

அந்தப் பொண்ணு எங்காலுல இருந்த சகதியப் பாத்துட்டு நீங்க கோயிலுக்குத் தான போறீங்கன்னு கேட்டுச்சு.

ஒரு மேல் சாதிப் பொண்ணு என்னப் பார்த்து நீங்கன்னு கூப்பிடுதேன்னு எனக்கு ஒரே அதிர்ச்சியாய் போச்சி. ஏன்னா அவுங்க சாதாரணமா அப்படிக் கூப்பிட மாட்டாங்க. எங்க சாதிப் பொண்ணுககூட

எங்கள போ வான்னுதான் கூப்பிடும். ஆச்சரியமா அதப் பார்த்து ஆமான்னு சொன்னேன்.

கோயிலுக்குப் போற நீங்க ஏன் எனக்கு வழிவிடுறதுக்காகச் சகதியில இறங்கிக் காலெல்லாம் சகதியாய் போச்சே, எப்படிக் கோயிலுக்குப் போவீங்கன்னு கேட்டுச்சி.

நானு பேசாம நின்னேன்.

திடீரென்று அப்பெண், குடத்தில இருந்த தண்ணிய எங்காலுல ஊத்தி நல்லாக் கழுவிக்கோங்கன்னு சொல்லுச்சி.

அது அப்படி நடக்கும்னு கனவுல கூட நினைக்கல. உயர்சாதிப் பெண் ஓர் அரிசனன் பாதங்களைத் தெருவுல கழுவுவதா...! வியப்பா அப்படியே நின்றேன்.

அது என்னைப் பார்த்துச் சிரிச்சிக்கிட்டே, ‘என்ன... அப்படியே நின்னுட்டீங்க? கோயிலுக்கு நேரமாகல போங்க; நானும் கோயிலுக்கு வரணும்னு’ சொல்லிக்கிட்டே வேகமாகப் போயிருச்சி.

அப்பவே அப்பொண்ணு எம் மனசுல ஓர் இடத்தப் பிடிச்சிருச்சி. அந்தப் பொண்ண நெனச்சி நெனச்சி சந்தோஷப்பட்டேன். அத இனி எப்ப பாக்குறது... எப்பப் பேசுறதுன்னு ஏங்கிக்கிட்டு இருந்தேன். அந்த ஏக்கத்துலயும் ஒரு சுகம் இருந்துச்சி.

ஆனா அதப் பாக்கணும்னு ஏங்கின எனக்கு அப்படி ஒரு சந்தர்ப்பம் கிடைக்கும்னு நினைக்கவே இல்லை.

ஒருநாள் அதிகாலையில் புறப்படுற பஸ்சுக்கு அந்தப் பொண்ணு வந்துச்சு. வழக்கமா அந்த நேரத்துல கூட்டமே இருக்காது. மாதத்துல முதல் தலைவெள்ளி மட்டும் பக்கத்து ஊருக் கோயிலுக்குப் போக ஒரு சிலர் வருவாங்க. அவ்வளவுதான்.

அன்னக்கித் தலைவெள்ளி. அது கோயிலுக்குப் போக பஸ்சுக்கு வந்துச்சு.

அன்னைக்குக் கூட்டமே இல்லை. அந்தப் பொண்ணப் பார்க்கவும் எம் மனசுல இனம் புரியாத மகிழ்ச்சி. அதயே பார்த்துக்கிட்டு இருந்தேன்.

மாதா கோயிலுக்கு டிக்கட் கொடுங்கன்னு கேட்டுச்சு. டிக்கட் கொடுத்தேன்.

எனக்கு ஏதாவது பேசணும்போல ஆசையா இருந்துச்சு. என்ன பேசுறது? எப்படிப் பேசுறது? ஒண்ணும் புரியல. ஏதாவது பேசணுமேன்னு நெனச்சி, மாதா கோயிலுக்குப் போறீங்களான்னு கேட்டேன்.

அது சிரிச்சிக்கிட்டே ஆமா... நீங்க வரலையா... வந்தா பாதங் கழுவ தண்ணி ஊத்துறேன்னு சொல்லுச்சு.

அது சொன்னதைக் கேட்டதும் அப்படியே ஆகாயத்துல பறக்கிற மாதிரி ஒரு உணர்ச்சி ஏற்பட்டுச்சி. அதயே பார்த்துக்கிட்டு இருந்தேன்.

அது எங்கிட்ட ஏன் என்னை அப்படிப் பாக்குறீங்கன்னு கேட்டுச்சி.

நானு துணிஞ்சி, ஏன் நானு உங்களைப் பார்க்கக் கூடாதான்னு கேட்டேன்.

அது முகம் சிவந்து போச்சி. பிறகு என்னப் பார்த்து என்னை நீங்க வாங்கன்னு கூப்பிட வேண்டாம். நீன்னே கூப்பிடுங்கன்னு சொல்லித் தலையக் குனிஞ்சிருச்சி.

வாழ்நாளுல ரொம்ப மகிழ்ச்சியான செய்தியக் கேட்ட நேரம் எதுன்னா அந்த நேரந்தான். மகிழ்ச்சியில மிதந்தேன். எம்முகமே மாறிப்போச்சு. என்ன அவளும் விரும்புகிறது தெளிவாகப் புரிஞ்சிச்சு.

அப்பத்தான் அவளை ஓர் உயர்சாதிப் பொண்ணாப் பார்க்காம ஒரு சாதாரணப் பொண்ணா பார்த்தேன். நல்ல சிவப்பு. கருத்த நீண்ட தலைமுடி. கவர்ச்சியான கண்ணு. சிரிச்சிக்கிட்டே இருக்கிற முகம். பார்த்துப் பார்த்து மகிழ்ந்தேன்.

இது இறங்குற இடம் நெருங்க நெருங்க எம் மனசுல இனம் புரியாத ஒரு வேதனை. இனி மேரிய... அதான் அவ பேரு... எப்பப் பார்க்கப் போறோம்னு வருந்தினேன். அந்த வேதனை அதுக்கும் இருந்திருக்கணும். அது கண்ணும் கலங்குச்சு.

இறங்குற இடம் வரவும் வருத்தத்தோட இறங்குச்சு. இனி அடுத்த மாசம் பார்க்கலாம்னு சொல்லுச்சு. நானு தலைய ஆட்டுனேன்.

அன்னைக்கே அடுத்த மாசம் எப்ப வரும்னு ஆசையோட காத்திருந்தேன். அப்படிக் காத்திருக்கிறது கஷ்டமா இருந்தாலும் அதுலயும் ஒரு சொகம் இருந்துச்சு. அப்படியே ஒவ்வொரு மாதமும் தலை வெள்ளிக்கிழமையில பார்த்துச் சந்தோஷப்பட்டேன்.

ஆனா எங்க சந்திப்புக்கு அப்படி ஒரு இடஞ்சலு திடீர்னு வரும்னு நானு நெனக்கல.

ஒரு தலை வெள்ளிக்கிழமன்னைக்கு வழக்கம் போல மேரி வந்தா. வழக்கமா இருக்கிற சிரிப்பக் காணோம். கலங்கியபடியே எங்கலியாணத்துக்கு வீட்டுல ஏற்பாடு செய்யறாங்கன்னு சொன்னா. எனக்கு என்ன சொல்லுறதுன்னே தெரியல. வேதனயோட அவளைப் பார்த்தேன்.

‘நானு அப்பாகிட்ட இன்னைக்குச் சொல்லப்போறேன். கலியாணம் கட்டினா உங்களத்தான் கட்டிக்கிடுவேன். இல்ல கலியாணமே வேண்டாம்னு சொல்லப் போறேன்னு’ மேரி என்னைப் பார்த்துச் சொல்லிச்சு.

நானும் சரின்னு சொன்னேன். ஏன்னா மேரி அடிக்கடி அவுங்க அப்பாவைப் பத்தி எங்கிட்டச் சொல்லி இருக்கா. நானும் அவரப் பார்த்திருக்கேன். அவரு கோயிலுக்கு ஒழுங்காப் போவாரு. கோயிலு காரியத்துல முதல்ல நின்னு எல்லாத்தையும் செய்வாரு. சாதி வித்தியாசம் பார்க்காம எல்லோரோடேயும் நல்லா பேசுவாரு. சாதியாவது ஒண்ணாவது... நம்ம மதத்துல ஏதுடா சாதின்னு கூடச் சொல்லுவாரு.

அதனால கட்டாயம் சம்மதிப்பாருன்னு நெனச்சேன். என் மேரியோட நான் வாழ்றதாக் கனவு கண்டு அதிலேயே மகிழ்ந்தேன்.

ஒரு பத்து நாளு போயிருக்கும். ஒரு நாள் திடீருன்னு எங்க பஸ் முதலாளி என்னக் கூப்பிட்டாரு. நானு போனேன்.

‘ஏண்டா கழுத, பறப்பய உம்மேல இரக்கப்பட்டு உனக்குக் கண்டக்டரு வேலை கொடுத்தா நீ பஸ்ஸிலே போகிற பொம்பளைகள இடிச்சிக்கிட்டு, உரசிக்கிட்டு என்னென்னமோ சொல்றயாம். பேசுறயாம். ஏண்டா... உனக்கு அவ்வளவு கொழுப்பா... ஒவ்வொருத்தனயும் அவனவன் எடத்துல வைக்கணும்னு இப்பத்தாண்டா தெரியுதுன்னு’ சொல்லி என்ன ‘டிஸ்மிஸ்’ பண்ணிட்டாரு.

இது மேரியினுடைய அப்பா செய்த வேலைதான்னு எனக்கு அப்பத்தான் புரிஞ்சிச்சு. நானும் எம்புட்டோ கெஞ்சிப் பார்த்தேன். அவரு கேக்க மறுத்துட்டாரு.

வேலையில்லாமத் தவிச்சேன். எங்கெங்கோ வேலைக்கு அலைஞ்சேன். எங்க போனாலும் எனக்கு முன்னால நானு ஒரு பொம்பள பொறுக்கிங்ற பேரு போயிருந்தது. என்ன செய்யுறதுன்னே தெரியல.

ஆனா, எம் மனசுல எனது மேரி உறுதியா இருப்பா; என்னக் கைவிட மாட்டாங்கிற நம்பிக்க இருந்துச்சு. அவளை எப்படியாவது சந்திக்கணும்னு நெனச்சேன். முடியல.

அப்படியிருக்க ஒரு ஞாயிற்றுக்கிழமை கோயில்ல வாசித்த கலியாண ஓலையக் கேட்டுத் திடுக்கிட்டேன். எனக்கு உலகமே சுத்துறது போலத் தோணுச்சு. எம் மேரிக்கு வேறு ஒரு இடத்துல கலியாணமா? மேரி இதுக்கு ஒத்துக்கிட்டாளா? அவள் ஒத்துக்கிடாமலா கோயில்ல ஓலை வாசிப்பாங்க...?

என் வாழ்வே சூன்யமாயிருச்சு. கடந்த காலத்த நெனச்சிப் பார்த்தேன். மேரி தான என்னோட முதல்ல பேசினா... எங்காலுக்குத் தண்ணி ஊத்துனா; என்னப் பஸ்ஸில சந்திச்சு நீ, வா, போன்னு கூப்பிடச் சொன்னா... ஒவ்வொரு வெள்ளிக்கிழமையும் தனியா பஸ்ஸுக்கு வந்தா... அவளே எல்லா முயற்சியும் செஞ்சிட்டு என்னை ஏமாத்திட்டாளே...

வேதனைப்பட்டுக் கொஞ்சங் கொஞ்சமாகச் செத்தேன். அவ மேல நானு வச்சிருந்த அன்பு வெறுப்பா மாறுச்சி. அந்த வெறுப்பு கடசியில வெறியாகவே மாறுச்சு. அவளப் பழிக்குப்பழி வாங்கணும்னு நெனச்சேன். என்ன விட்டுட்டு மகிழ்ச்சியா வாழ நெனைக்கிற அவளுக்கு முன்னால அவ இல்லாம என்னாலயும் மகிழ்ச்சியா வாழ முடியும்னு நிரூபிக்கிற வெறி பிறந்துச்சு.

வீட்டுல சொல்லி எங் கலியாணத்துக்கு ஏற்பாடு செய்தேன். சாமியாருட்டப் போயி மேரி கலியாண நாளைக் கேட்டுத் தெரிஞ்சுக்கிட்டு அன்னைக்கே எங்கலியாணத்தையும் வைக்கணும்னு கேட்டேன். அவரும் ஒத்துக்கிட்டாரு.

சாமி... அந்த நாள என்னால் மறக்க முடியாது. அது மே மாதம் இருபத்தி ஒன்பதாம் தேதி புதங்கிழமை. காலை ஆறு மணிக்குக் கலியாணப் பூசை.

அஞ்சற மணிக்கெல்லாம் கோயிலுக்குப் போயிட்டேன். ஒரு பாய் விரிச்சி அதுல நானும், எம் பொஞ்சாதியா வரப்போற பாக்கியமும் முழந்தாளிருந்தோம்.

எங்களுக்கு அடுத்து அவுங்க. பணக்காரங்க. உசந்த சாதிக்காரங்கன்னு காட்டுறதுக்காக அடையாளம் எல்லாம் அங்கு இருந்துச்சு.

பூசை ஆரம்பிக்கப் போறதுக்கு ஒரு நிமிசத்துக்கு முன்னால மேரி வந்தா. நானு லேசாத் திரும்பி அவளப் பார்த்தேன். அவளும் என்னைப் பார்த்தா. நானு முகத்தச் சுழிச்சி என் வெறுப்ப, கோபத்தக் காட்டினேன். ஆனா அவ முகம் சலனமில்லாம இருந்துச்சு.

சாமியாரு வந்தாரு. பூசை ஆரம்பிச்சுச்சு. மொதல்ல நாங்க இருந்ததுனால எங்க கலியாணத்த மந்திரிச்சாரு. நானு சந்தோஷமா பாக்கியங்கழுத்தில மேரியப் பார்த்துக் கிட்டே மூணு முடிச்சிப் போட்டேன்.

சாமி... அதுக்குப் பின்னால நடந்ததை எப்படிச் சொல்ல... சாமி... சாமி... அத நெனச்சா இன்னைக்கும் ரத்தக் கண்ணீர் வடிக்கிறேன் சாமி.

எங்க கலியாணத்த மந்திரிச்ச சாமியாரு, அங்க மாப்பிள்ளைக்கிட்ட கலியாணத்துக்குச் சம்மதம் கேட்டுட்டு மேரிட்ட போனாரு.

'மேரி... இங்க இருக்கும் கபிரியேலை நம் தாயாகிய திருச்சபையின் முறைப்படி உனது மெய்யான கணவனாக ஏற்றுக்கொள்ளச் சம்மதிக்கிறாயா?' என்னு கேட்டாரு.

மேரி என்னை ஒரு வினாடி கடைக்கண்ணால பார்த்தா. பிறகு சத்தமா சம்மதம் இல்லன்னு சொன்னா.

அவ சொன்னதைக் கேட்டுக் கோயிலே திகைச்சுப் போச்சு. சாமியார் மறுபடியும் கேட்டார். மறுபடியும் அதே பதில்தான்...

சாமி... எந்நிலய என்னன்னு சொல்லுறது. மேரி திருமணத்துக்குக் கட்டாயப்படுத்தப்பட்டாள்னு அப்பத் தான் எனக்குத் தெரிஞ்சிச்சு. என்னால என்ன செய்ய முடியும்? எங்கலியாணம் மேரி கலியாணத்துக்குப் பிறகு இருந்திருக்கக் கூடாதா...? நானு அங்கேயே அழுதேன்.

சாமி... அதுக்குப் பின்னால என்னாலேயும் சந்தோஷமா வாழமுடியல. எம் பொண்டாட்டியப் பாக்குற போதெல்லாம் மேரி நெனப்புத்தான் வந்துச்சு. அதனால அவள அன்பு செய்ய முடியல. கஷ்டப்பட்டு அவளோட வாழ்ந்தேன்.

குடும்பச் சாப்பாட்டுக்கு ஏதாவது வேல செய்யணுமே. வேற வேல கெடைக்கல. தோட்ட வேலதான் கெடச்சது. ஆனா, உசந்த சாதிக் காரங்கிட்டதான் வேலைக்குப் போகணும்... இவனுக கிட்டயா வேல செய்யுறது?

நானா சுயமா வேல செய்ய ஆரம்பிச்சேன். தெனம் மலைக்குப் போறது. வெறகு வெட்டுறது. விக்கிறது. ஒரு யந்திரமா வாழ்ந்து வந்தேன். ஆனா, என் மனசுல என் முட்டாள் தனத்தால மேரி வாழ்வையே பாழாக்கிட்டேனே என்ற வேதனை இருந்துக்கிட்டே இருந்துச்சி.

எம் பொஞ்சாதிக்கு ஒரு மக பிறந்தாள். அவதான் இது. எம் மேரி ஞாபகமா இதுக்கு ஜெயமேரின்னு பேரு வச்சேன். இவள அன்பா ஆதரவா மேரி... மேரின்னு கூப்பிட்டு எம் மேரி மேல காட்ட முடியாத அன்பயெல்லாம் இதுமேல் காட்டினேன்.

இவளுக்கு ரெண்டு வயசாகும்போது பாக்கியம் திடீருன்னு செத்துப்போனா. எதிர்பார்க்காததுதான். ஆனா கடவுளே அவள் எடுத்துக்கிட்டாருன்னுதான் நான் நெனச்சேன். எத்தன நாளு அன்பில்லாம, போலியா வாழமுடியும்?

அவ செத்த பிறகு மறுபடியும் எம் மனசுல ஆச துளிர் விட ஆரம்பிச்சுது. எம் மேரிய இனியாவது துணிஞ்சி உலகத்த எதுத்தாவது கலியாணம் செஞ்சிக்கிடணும்னு நெனச்சேன்.

ஒருநாள் வயலுக்குத் தனியாப் போன அவளப் பாத்துட்டு பின்னாலேயே ஓடினேன். என்னப் பார்த்ததும் மேரி நின்னா. நானு அவ கையப் பிடிச்சிக்கிட்டு அழ ஆரம்பிச்சேன்.

'மேரி... உண்மை தெரியாம ஆத்திரத்துல எதெதையோ செஞ்சிட்டேன். நடந்தத மறந்திரு. இனி மேலாவது நாம் சந்தோஷமா வாழலாம்னு' சொன்னேன்.

எம் மேரி என்னைக் கட்டிச் சேர்த்துப் பிடித்து அழ ஆரம்பிச்சா. அழுதுகிட்டே அவ சொன்னதைக் கேட்டு அதிர்ச்சியடைந்தேன்.

மேரி என்னக் கலியாணம் செய்ய முயன்றா மேரியுடைய தம்பி, அதுதான் சின்னவரு, என்னக் கொன்னு போடுவேன்னு சொன்னாராம். அவரு அப்படிச் செய்யக்கூடிய ஆளுதான். என்ன எம் மேரி உயிரோடவே பார்க்க விரும்புவதாகச் சொல்லிட்டுப் போயிட்டா.

என் உயிர் போனாலும் பரவாயில்லை; உயிர் இருக்கிறவரை ஒண்ணா வாழ்வோம்னு நானு சொன்னதை அவகேக்கவே இல்ல சாமி. சின்னவரை நல்லாப் புரிஞ்சிக்கிட்டதனால்தான் அப்படி ஒரு முடிவு அவ எடுத்தா.

சாமி. அதுக்குப் பின்னால என்னால என்ன செய்ய முடியும்? எம் மேரிய நெனச்சி, அவள் எனக்காக வாழுற வாழ்க்கையை நெனச்சி நெனச்சி நானும் வாழ்ந்தேன். இப்படி வாழந்ததால் வாழ்க்கையிலே எனக்கு ஒரு பிடிப்பு இருந்துச்சு.

"ஆனா... ஆனா... அப்படி வாழ்ந்த மேரி இன்னைக்கு என்ன விட்டுட்டுப் போயிட்டா சாமி... என்னத் தவிக்கவிட்டுட்டுப் போயுட்டா சாமி..." அதுவரை கஷ்டப்பட்டுத் தன் கதையைக் கூறிய சவரி சிறு பிள்ளைபோல விம்மி விம்மி அழுதான்.

சுவாமியார் ஜோசப்புக்கு என்ன செய்வதென்று தெரியவில்லை. எதற்காக அவன் தனது கதையைக் கூறுகிறான் என்றும் புரியவில்லை. ஆனால், அவனுக்கு ஆறுதல் கூற விரும்பினார். என்ன கூறுவது? எப்படி ஆறுதல் கூறுவது? ஆதரவாக அவனது கைகளைப் பிடித்தார். அதன் மூலம் அவனது வேதனையில் தானும் பங்கு கொள்வதாகக் காட்டினார்

"சாமி... இப்ப நீங்க எங்கையப் பிடிச்சிருக்கிற மாதிரி தான் ஒருநா மேரி எங்கையப் பிடிச்சுக்கிட்டுச் சொன்னா... நானு உங்களக்

கலியாணம் செஞ்சிக்கிட முடியலைனா வேற யாரையுமே கலியாணம் செய்யாமக் கன்னியாகவே வாழ்ந்து சாவேன். செத்த பிறகு நானு கல்லறையில் உங்களுக்காகக் காத்திருப்பேன். நீங்க எவ்வளவு நாளு இந்த உலகத்துல வாழணுமோ வாழ்ந்துட்டுக் கடசியில எங்கிட்ட வாங்க. எம் பக்கத்துல உங்களைப் புதைக்கச் சொல்லி ஏற்பாடு பண்ணுங்க. அதுக்குப் பிறகு நாம ரெண்டுபேரும் ஒண்ணா கல்லறையில பக்கத்துல பக்கத்துல இருந்து நித்தியத்துக்கும் வாழலாம். அதுக்குப் பின்னால சாதியோ, பணமோ நம்ம என்ன செய்ய முடியும்னு சொன்னா."

ஒரு நீண்ட பெருமூச்சிற்குப் பின் மறுபடியும் கூறினான். "ஆனா... சாமி... செத்த பிறகும் கூட எம் மேரிக்குப் பக்கத்துல வாழ முடியாதுன்னு இப்பத்தான் சாமி தெரியுது. சாமி... உயர்ந்த சாதிக்குத் தனிக் கல்லறை... அரிசனங்களுக்குத் தனிக் கல்லறை... என்ன சாமி இது...? சாமி... செத்த பிறகுகூட நானு எம் மேரிக்குப் பக்கத்துல இருக்கக்கூடாதா...? சாமி... செத்த பிறகுமா என்ன எம்மேரிகிட்ட இருந்து பிரிக்கணும்? எதுக்கு சாமி இந்தத் தனித் தனிக் கல்லற...? சாமி... நானு செத்த பிறகு எம் மேரிக்குப் பக்கத்துல இருக்கணும்னு ஆசைப்படுறேன். செத்த பிறகாவது அவளோடு வாழணும்னு ஆசைப்படுறேன். சாமி... நானு செத்த பிறகு என்ன எம் மேரிக்குப் பக்கத்துல புதைப்பீங்களா சாமி...? உங்களாலதான் சாமி முடியும்... இதச் செய்வீங்களா சாமி...? சொல்லுங்க சாமி... சொல்லுங்க" சவரி சுவாமியாரது கரங்களைப் பிடித்துக்கொண்டு அழுதுகொண்டே கேட்டான்.

வீட்டிற்கு வெளியே இருளில் மறைந்தபடி சவரி கூறியவைகள் அனைத்தையும் கேட்ட செல்வம், சுவாமியார் என்ன சொல்லப் போகிறார் என்று காதைத் தீட்டிக் கொண்டு கேட்கத் தயாரானான்.

யாரையும் பகைத்துக் கொள்ளக்கூடாது. அனைவரையும் அனுசரித்துப் போகவேண்டும் என்ற கொள்கையுடைய சுவாமியார் என்ன பதில் சொல்லுவது என்று தெரியாமல் திகைத்தார்.

ஆனால், அவர் அப்படி ஒரு பதில் சொல்லுவார் என்று சவரி சிறிதும் எதிர்பார்க்கவில்லை.

5

எல்லாரையும் திருப்தி செய்ய வேண்டும் என்ற கொள்கையுடையவர்- சுவாமியார் ஜோசப்.

இப்பொழுது சவரியையும் திருப்தி செய்ய முயன்றார். அதற்காக அவன் எழுப்பிய பிரச்சனையில் தலையிட்டுக் கொள்ளவும் அவர் விரும்பவில்லை.

அதில் தலையிட்டால் அதன் பலன் எப்படி இருக்கும் என்பதை மிகவும் நன்றாக உணர்ந்திருந்தார்.

சவரியின் விருப்பப்படி அரிசனக் கிறிஸ்துவர்களை உயர்சாதிக் கிறிஸ்தவக் கல்லறையில் புதைக்க முயற்சி செய்தால் கலகம் வரும்; சாதிக் கலவரத்துக்கு வித்திட்டதாக அமையும் என்பதை நன்கு அறிந்திருந்தார்.

அதே சமயம் சவரி கேட்பதில் உள்ள நியாயத்தையும் அறிந்தார். கிறிஸ்தவர்களில் சாதிப் பாகுபாடு என்பதுதான் கிடையாது. அப்படியிருக்க சாதி அடிப்படையில் கல்லறைகள் பிரிக்கப் பட்டிருப்பது ஒரு அநீதிதானே.

சவரி தான் கேட்பதில் உள்ள உரிமையை முழுவதும் உணராமல், காதலியின் கல்லறைக்கு அருகில் புதைக்கப்பட வேண்டும் என்று கேட்பதை வேண்டுமானால் மறுக்கலாம்.

ஆனால்-

அவனது விருப்பத்திற்குப் பின்னால் மறைந்திருக்கும் உரிமையை மறுக்கவோ, மறைக்கவோ முடியாது. மறுத்தால் மறுப்பவனைக் கிறிஸ்தவன் என்று அழைக்க முடியாது என்பதையும் உணர்ந்தவர் அவர்.

எனவே, சாமியார் கிறிஸ்தவக் கொள்கைகளில் தனக்குச் சாதகமாக இருக்கும் பகுதியை மட்டும் பயன்படுத்தி அவனின் விருப்பத்திற்கு ஒரு முற்றுப்புள்ளி வைக்க விரும்பினார். எனவே, அவனது கரங்களை ஆதரவாகப் பற்றியபடியே கூற ஆரம்பித்தார்.

"சவரி, நீ கேட்பது கேட்பது நியாயந்தான். ஆனால், நீ கிறிஸ்தவ முறைப்படிச் சட்டப்பூர்வமா மேரியக் கல்யாணம் செய்யல.

பாக்கியத்தைத்தான் கல்யாணம் செஞ்சிருக்க. பாக்கியத்தின் கல்லறைக்குப் பக்கத்துல தான் நீ பொதைக்கப்படணும். உன் பாக்கியமும் அதத் தானே விரும்புவா. நல்லா யோசிச்சிப்பாரு."

ஆனால், அதற்குச் சவரி கொடுத்த பதில் சுவாமியாரைத் திகைக்க வைத்தது.

"சாமி... நீங்க சொல்லுறது நெசந்தான். ஆனா இப்படியெல்லாம் நடக்கும்னுதான் கடவுள் அவளுக்கு அப்படியொரு சாவக் கொடுத்தாரு போல, சாமி... பாக்கியம் ஒருநா ரெண்டு பொம்பளைகளோட வேலை செஞ்சிட்டுத் திரும்பி காட்டாத்து வழியா வந்துக்கிட்டு இருந்தா. அப்ப மலையில் பெய்த மழையினால் காட்டாத்துல வெள்ளம் வர, அந்த வெள்ளம் மூணு பொம்பளைகளையும் இழுத்துக்கிட்டுப் போயிருச்சி. நாங்க அந்தக் காட்டாத்துத் தண்ணீ போய்ச் சேருகிற கம்மாயில போயி பிணங்களைத் தேடினோம். கிடைக்கவே இல்லை. கடைசியா ஆறு மாசத்துக்குப் பிறகு தண்ணீ வத்துன பிறகு தேடினோம். எங்களுக்குக் கெடச்சது மூணு எலும்புக்கூடு தான். சகதியில அந்த மூணு பேரும் மாட்டிக்கிட்டு அப்படியே பொதஞ்சிபோனாக. கிடைச்ச எலும்புக் கூட வச்சி என்ன செய்ய எந்த எலும்பு யாருதுன்னு கூடத் தெரியல. கடைசியில எல்லா எலும்புக் கூடுகளையும் ஒண்ணா வைச்சிச் சாம்பலாக்கிட்டோம் சாமி... அதனால அவளுக்கு ஒரு கல்லற கிடையாது சாமி... சாமி... என்னை எம் மேரிக்குப் பக்கத்துல புதைக்க எப்படியாவது ஏற்பாடு பண்ணுங்க சாமி."

சுவாமியார் என்ன செய்வார்? பாவம்... அவ கொடுத்த முதல் காரணம் எடுபடவில்லை. வேறு காரணத்தைத் தேடினார்.

காரணத்தைத் தேடினால் கிடைக்காமலா போய்விடும்? வேறு ஒரு நல்ல காரணம் கிடைத்தது. அந்தக் காரணத்தை மிகவும் பக்குவமாகக் கூற ஆரம்பித்தார்.

"சவரி... உன்ன என்னால புரிஞ்சிக்கிட முடியிது, உன் மன நிலைய நல்லா உணர்றேன். ஆனா, நாம கிறிஸ்தவுங்க... கிறிஸ்துவப் பின்பற்றுறவுங்க... கிறிஸ்து என்ன சொன்னார் தெரியுமா? நாம செத்த பிறகு கணவனும் மனைவியுமா வாழப்போறதில்ல. செத்த பிறகு பொண்ணு கொடுக்கப்போகிறதும் இல்ல; எடுக்கப் போகிறதும் இல்ல. அதத்தான் நாம நம்பணும். உனக்காகவே மேரி வாழ்ந்திருக்கா. ஆண்டவரு அவளுக்கு நல்ல பலன் மறு உலகத்துல தருவார். இந்த உலகத்துல கஷ்டப்படும் உனக்கு மறு உலகத்துல நல்ல வாழ்வு கிடைக்கும். அமைதியா ஆண்டவருட்டச் செபி. வீணா மனசப் போட்டுக் குழப்பாதே. எங்கே பொதைக்கப்பட்டாத்தான் என்ன? நம்ம உடம்பு

மண்ணாலே உண்டாக்கப்பட்டது. அது மறுபடியும் மண்ணாப் போயிறும். அதனால மண்ணாப் போகிற உடம்பு எங்க பொதைக்கப் பட்டாத்தான் என்ன? அழிக்க முடியாத ஆத்துமத்துக்காகக் கவலைப் படு... நான் உனக்கு அவஸ்த கொடுக்கட்டுமா?"

சுவாமியார் பேசிய பேச்சுச் சவரிக்கு எரிச்சலை மூட்டியது. அவரிடமிருந்து அவன் இத்தகைய பதிலைச் சிறிதும் எதிர்பார்க்க வேயில்லை. அவனது எரிச்சல் அவனது பேச்சில் வெளிப்பட்டது.

"சாமி... உங்ககிட்ட பிரசங்கம் கேட்க நானு உங்கள இங்கு கூட்டிக்கிட்டு வரல. நானு செத்தப் பிறகு என்ன எம்மேரிக்குப் பக்கத்துல பொதைக்க ஏற்பாடு செய்வீங்களா, இல்லியா? அதுமட்டும் சொல்லுங்க."

"சவரி... அதைத்தான் சொல்றேன். மண்ணாப் போற உடம்பு எங்கே பொதைக்கப்பட்..."

அவர் முடிப்பதற்கு முன்பாகவே குறுக்கிட்டான் சவரி. "அப்ப முடியாதுன்னு சொல்லுங்க."

"சவரி... நமக்கு அழியாத ஆன்மா இருக்குப்பா. அத.. நெனச்சி..."

மறுபடியும் குறுக்கிட்டான் சவரி.

"சாமி... நீங்க போயிட்டு வாங்க."

"சவரி நான் சொல்லுறதக் கேளு."

"கேட்கத் தயாரா இல்ல. நீங்க போங்க."

"சவரி கடவுளுட்ட உனக்கு."

"போ வெளிய" பொறுமை இழந்து கத்தினான் சவரி. அவனது உடல் துடித்தது. குரல் கனத்தது. கண்கள் சிவந்தன. நரம்புகள் புடைத்து எழுந்தன.

சுவாமியாருக்கு இந்த உலகமே சுற்றுவது போலத் தோன்றியது. தனக்கு இப்படி ஒரு அவமானம் வரும் என்பதைச் சிறிதும் எதிர்பார்க்க வில்லை. சவரி கூறிய வார்த்தைகள் கூரிய வாட்களாய் அவரது இதயத்தைப் பிளந்தன. செய்வது அறியாது திகைத்த அவர் வேதனை யோடு ஜெயமேரியைத் திரும்பிப் பார்த்தார். அவளாவது தனது உதவிக்கு வந்து சவரியை அடக்குவாள் என எதிர்பார்த்தார்.

ஆனால், ஜெயமேரியின் செயலால் மேலும் அவருக்கு தலைக் குனிவு ஏற்பட்டது.

அதுவரை அமைதியாக இருந்த ஜெயமேரி, சவரி கத்தவும் வெறுப்போடு சுவாமியாரைப் பார்த்தாள். கோபத்தில் அவளது உதடுகள் துடித்தன. சவரி சொன்னதை ஆமோதிக்கும் வண்ணம் எழுந்து கதவைத் திறந்தாள்.

அவளது அச்செய்கை சுவாமியாரை ஏன் நிற்கிறாய்; போ வெளியே என்று கூறாமல் கூறியது.

சுவாமியார் கூனிக் குறுகிப்போய்விட்டார். அவரது தன்மான உணர்வும் விழித்துக் கொண்டது. கோபத்தில் இருவரையும் எரித்து விடுவது போலப் பார்த்தார். பின்பு வெகு வேகமாக வீட்டைவிட்டு வெளியேறினார்.

அவர் வெளியே சென்றதும் ஜெயமேரி சவரியிடம், "ஐயா... உன் விருப்பப்படி கட்டாயம் நடக்கும். அத நான் நிறைவேத்தி வைக்கிறேன்" என்றாள் உணர்ச்சியுடன்.

வெளியே சென்ற சுவாமியாரின் காதுகளில் அவ்வார்த்தைகள் தெளிவாக விழுந்தன. அதைக் கேட்ட அவரது கோபம் மேலும் அதிகரித்தது. தன்னை அவமானப்படுத்திய சவரிக்கும், ஜெயமேரிக்கும் சரியான தண்டனை வழங்கவேண்டும் என்ற உணர்ச்சி ஏற்பட்டது.

ஆனால் -

அந்த உணர்ச்சி ஏற்பட்ட மறு வினாடியே அது மறைந்தும் விட்டது. காரணம்... தண்டனை கொடுக்க வேண்டுமென்றால் ஊர்க் கூட்டத்தைக் கூட்டி நடந்ததைச் சொல்லித்தான் கொடுக்க முடியும். அப்பொழுது எதற்காகச் சவரி திட்டினான் என்ற காரணத்தையும் கூற வேண்டும். அதைக் கேட்டுச் சிலர் சவரிக்கு ஆதரவாகப் போர்க் கொடி உயர்த்தி விட்டால்... வீணாகக் கலவரம் உருவாகிவிடுமே என்று அஞ்சினார்.

அதனால் அந்த நிகழ்ச்சியை அதோடு மறந்துவிடுவதுதான் புத்திசாலித்தனம் என்று எண்ணி அதைப்பற்றி யாரிடமும் பேசக் கூடாது என்றும் முடிவு செய்தார்.

ஆனால்-

அவர் யாரிடமும் பேசக்கூடாது என்று எண்ணினாலும், அவரைப் பற்றி மறுநாள் அந்தக் கிராமமே பேசப் போகிறது என்பதை அவர் உணரவில்லை.

அதேபோல-

தாங்களும் அப்படி ஓர் இக்கட்டான நிலையைச் சந்திக்க வேண்டியது இருக்கும் என்றும் சவரியும் ஜெயமேரியும் சிறிதும் எதிர்பார்க்கவில்லை.

6

சுவாமியாரையா 'போ வெளியே' என்று சவரி விரட்டி விட்டான்.

முத்துவால் நம்ப முடியவில்லை.

சவரியின் பக்கத்து வீட்டுக்காரன் முத்து. அந்த அகால நேரத்தில் சவரியின் சப்தத்தைக் கேட்டு வெளியே வந்து பார்த்த பொழுது சுவாமியார் சவரியின் வீட்டிலிருந்து வருவதைக் கண்டு அதிர்ச்சி அடைந்தான்.

சுவாமியாரைப் போ வெளியே என்று ஏன் கூற வேண்டும்? சுவாமியார் கையில் இருக்கும் பெட்டியைப் பார்த்தால் அவஸ்தைப் பெட்டி போல் இருக்கின்றதே! அப்படியானால் அவஸ்தை கொடுக்கத் தானே சுவாமியார் வந்திருக்க வேண்டும்? அவஸ்தை கொடுக்க வந்தவரை ஏன் திட்ட வேண்டும்? அவஸ்தை யாருக்கு? அவஸ்தைக்கு அழைப்பது என்றாலும் நான்தானே சென்று அழைத்து வரவேண்டும். எனக்குத் தெரியாமல் யார் அழைத்தது?

முத்து இராணுவத்தில் ஒரு வீரனாக இருந்தவன். ஓய்வு பெற்று வந்ததிலிருந்து அவனுக்கு ஊரில் சிறிது செல்வாக்கு இருக்கவே, அவனையே நாட்டாண்மையாக நியமித்து விட்டார் சுவாமியார்.

பட்டாளத்திலிருந்து திரும்பி வந்தவனாகையால் அவனிடம் ஒழுங்கும், கட்டுப்பாடும் ஒன்றிப்போயிருந்தன. அதனால் அதே ஒழுங்குமுறை இங்கேயும் இருக்கவேண்டும் என்று விரும்பினான். எனவே, எல்லாம் ஒழுங்காக, எந்தவிதமான தவறும் இன்றி நடப்பதில் மிகவும் கவனமாக இருந்தான். ஒரு சிறிய தவறு நடந்தாலும் அவனால் பொறுக்க முடியாது.

அதனால்தான் சவரியின் சொல்லை அவனால் சீரணித்துக்கொள்ள முடியவில்லை. சவரியை என்ன செய்வது? சிந்தனையில் மூழ்கினான்.

சிந்தனையில் ஆழ்ந்திருந்த முத்து கோழி கூவியதையோ, அதைத் தொடர்ந்து அந்தச் சேரியே வேலைக்குப் புறப்பட்டதையோ உணரவில்லை.

அன்று கோயில் நிலத்தில் நடுகை. கோயிலுக்கு மிக அதிகமாக நிலம் இருந்தது. அந்த நிலத்தில் நடுகை சமயத்தில் கிறிஸ்தவ

அரிசனங்கள் ஒருநாள் வீட்டிற்கு ஓர் ஆள் வீதம் சென்று நாற்று நடுவார்கள். அன்று கோயில் வேலைக்காகத்தான் அந்தச் சேரி மக்கள் புறப்பட்டுக் கொண்டிருந்தார்கள்.

அப்பொழுது-

"ஏங்க... கேட்டீங்களா இந்த அநியாயத்தை!?" என்று அலறிக் கொண்டு வந்தாள் மனைவி அருளாயி."

சிந்தனையிலிருந்து விடுபட்ட முத்து அவளை வியப்போடு பார்த்தான்.

"ஏங்க... கோயிலு வேலைக்கு வீட்டுக்கு ஒரு ஆளு வரணும்ல. நானு சவரி அண்ணனைக் கூப்பிடப்போனேன். அப்ப அந்த ராங்கிக்காரி, அதான் அந்த ஜெயமேரி, இருக்காள்ல... அவள் என்ன சொன்னா தெரியுமா...?"

திரும்பவும் சவரி வீட்டுப் பிரச்சனை என்றதும் ஆவலுடன் கேட்க ஆரம்பித்தான் முத்து.

"சாமியாராம்... சாமியாரு... அவரு நிலத்தில் சும்மா வேலைக்குப் போகணுமாம்! எதுக்கு சும்மா வரணும்? சாமியாரு என்ன கஞ்சிக்கு இல்லாமலா கெடக்காரு... போ... நானும் வரமாட்டேன்... எங்கப்பனும் வராது... அந்தச் சாமியாருட்டச் சொல்லுங்கிறா... எவ்வளவு கொழுப்பு... எல்லாரு வீட்டுலேயும் வேலைக்கி வரும் போது இது மட்டும் இப்படிச் சொன்னா எப்படி...? ஊருல ஒரு கட்டுப்பாடு வேண்டாம்...? இத நீங்க கேட்டுக் கொடுக்கணும்" என்றாள் காரசாரமாக.

முத்துவின் பொறுமை அதைக் கேட்டதும் எல்லையைக் கடந்து விட்டது. அவனிடமிருந்த மிலிட்டரி ஒழுங்கு விழித்துக் கொண்டது. கண்கள் சிவந்தன. இந்தப் பிரச்சனைக்கு ஒரு முடிவு கட்ட வேண்டும் என்று கோபத்துடன் எழுந்தான்.

அன்று இரவு அந்தச் சேரியின் மேற்குக் கோடியில் உள்ள சாவடியின் முன்பாக ஊர்க் கூட்டம் கூடியது.

முத்து நடுவில் அமர்ந்திருந்தான். அவனைச் சுற்றி அந்தச் சேரி ஆண்கள் அமர்ந்திருந்தார்கள். அப்பொழுது-

தள்ளாடித் தள்ளாடி நடந்து வந்தான் சவரி. அவனைக் கைத்தாங்கலாகக் கூட்டி வந்தாள் ஜெயமேரி.

முத்து அமர்ந்திருந்த இடத்தை அடைந்த சவரி, "முத்து... என்னால நிக்க முடியாது. நானு உக்கார்ந்துக்கிறேன்" என்று கூறியபடி முத்துவின் பதிலுக்குக் கூடக் காத்திருக்காமல் அமர்ந்து கொண்டான். ஜெயமேரியும் அமர்ந்து கொண்டாள்.

எல்லாரும் வந்துவிட்டார்கள் என்பதை அறிந்த முத்து கூட்டத்தைப் பார்த்துக் கூறினான்:

"நாம் எதுக்காக இங்க வந்திருக்கோம்னு எல்லாத்துக்கும் நல்லாத் தெரியும். சாமியச் சவரி வஞ்சிருக்கான்; அதோட கோயில் வேலைக்கு இவன் வீட்டுல இருந்து ஒருத்தரும் வரல. அது மட்டுமல்ல, கூப்பிடப் போன எம் பொஞ்சாதிய வேற சவரி மக திட்டியிருக்கா."

"அதான் எல்லாத்துக்கும் தெரியுமே. அவன் என்ன சொல்லுறான்னு கேளு."

"ஏம்பா நீ இதுக்கு என்ன சொல்ற?" என்றான் முத்து சவரியிடம். சவரி மௌனமாக ஒருமுறை கூட்டத்தைப் பார்த்தான். காய்ச்சலால் அவன் உடல் நடுங்கியது. இருப்பினும் குரலை உயர்த்தித் தைரியமாகச் சொன்னான்...

"முத்து... ஒவ்வொண்ணாக் கேளு. பதில் சொல்றேன்."

"சரி, மொதல்ல சாமியார எதுக்கு வஞ்சே?"

"நானு செஞ்சது சரிதான்."

"நீ செஞ்சது சரின்னு சும்மா மொட்டயாச் சொன்னா எப்படி? என்ன நடந்துச்சுன்னு மட்டும் தெளிவாச் சொல்லு" என்றான் செல்வனின் தந்தை மிக்கேல்.

"என்ன நடந்துச்சா...? எனக்கு ரொம்பக் காச்சலு. செத்துப் போயிறுவேன்னு நெனச்சேன். அவஸ்தைக்காகச் சாமியாரக் கூட்டிவர எம் மகள அனுப்பினேன்."

"ராத்திரி தனியா வயசுப் பொண்ணச் சாமியாருட்ட அனுப்பலாமா? வழக்கமா நானு தானே சாமியாரக் கூப்பிட்டு வருவேன். ஏன் ஏங்கிட்டச் சொல்லல?"

"இங்க பாரு... எம் மக ஒண்ணும் பயந்தாங்கொள்ளி இல்ல. ரெண்டு வயதுல எம் பொஞ்சாதி செத்த பிறகு இவளத் தனியா வீட்டுல விட்டுட்டு எங்கனாலும் போவேன். அப்ப இருந்தே தைரியமா தனியா எங்கயும் போவா... வருவா... ஆம்புள மாதிரி வீரமா வளர்த்திருக்கேன். சாமியாருட்டத் தனியா பேசணும்னு நெனச்சேன். அதான் அவள அனுப்பினேன்."

"சாமியாருட்ட அப்படி என்ன தனியாப் பேசுன?"

"சாமியாருட்ட சாமி நானு சீக்கிரமா செத்துப் போயிறுவேன். உசந்த சாதிக்காரங்க கல்லறையில என்னப் பொதைங்கன்னு சொன்னேன்.

அவரு மாட்டேன்னு என்னென்னவோ புத்தி சொல்ல ஆரம்பிச்சாரு. நானு புத்தி சொல்ல வேண்டாம்னு சொன்னேன். அவரு கேக்கல. அதான் போ வெளியேன்னேன்."

"இது கொழுப்புதானே?"

"கொழுப்புன்னா சாதாரணக் கொழுப்பில்ல...! மஞ்சக் கொழுப்பு..."

"எதுக்கு உசந்த சாதிக் கல்லறையில பொதைக்கணும்னு கேட்கணும்?"

"ஐயாவுக்கு உசந்த சாதின்னு நெனப்பு." ஒவ்வொருவரும் ஆளுக்கு ஒன்றைப் பேசினார்கள்.

"யாரும் வாய்க்கு வந்தபடி பேசக் கூடாது. என்ன தப்புன்னு கேளுங்க, சொல்றேன். அத விட்டுட்டுக் கொழுப்பு... அது இதுன்னா எனக்குப் பழியாக் கோவம் வரும்" என்றான் சவரி கோபத்தில். அந்தக் காய்ச்சலிலும் அவன் குரல் கம்பீரமாக ஒலித்தது.

"நீ எதுக்கு உசந்த சாதிக் கல்லறயக் கேட்ட?"

"நாம யாரு? கிறிஸ்தவுக... சாமியாரு கோயில்ல நாமெல்லாம் கடவுளு பிள்ளைக... வித்தியாசமில்லைனு சொல்றாருல. அதான் அப்படிக் கேட்டேன். நம்ம மதத்துல சாதியா இருக்கு?" உணர்ச்சியுடன் கேட்டான் சவரி.

"இவனுக்குக் கிறுக்குப் பிடிச்சிருக்குடா?"

"ஆமா கிறுக்குத்தான் பிடிச்சிருக்கு. உங்கள எல்லாத்தையும் உசந்த சாதியோட ஒன்னாக்கணுங்கிற கிறுக்குத்தான் பிடிச்சிருக்கு... நம்ம மதத்துல சாதி இருக்குன்னு யாராவது சொல்ல முடியுமா...?"

"இல்ல... இல்லவே இல்ல. பைபிளுல சாதி இருக்குன்னா சொல்லுதா? பொணத்தச் சாதி வாரியாப் பிரிச்சிப் பொதைக்கணும்னு சொல்லுதா? அப்படிச் சொல்லல. எல்லாரும் ஒண்ணுதான்னு சொல்லுது. இத விட்டுட்டு அந்த உசந்த சாதிக்காரங்க தங்களுக்குத் தனிக் கல்லற வேணும்னு நம்ம கல்லறயிலே இருந்து பிரிச்சிக் கோட்டச் சுவரைக் கட்டிக்கிட்டா அது என்ன நியாயம்? அதான் சாமியாருட்ட அப்படிக் கேட்டேன்."

"இவன் என்னமோ ஏட்டிக்குப் போட்டியாப் பேசுறாண்டா. இவங்கூட மனுஷன் பேச மாட்டான். முத்து நீயாப் பார்த்துத் தீர்ப்புச் சொல்லு" என்றான் மிக்கேல் கோபமாக.

ஜெயமேரி தன் தந்தைக்குச் சாதகமாகத் துணிந்து பேச ஆரம்பித்தாள். பெண் ஒருத்தி துணிந்து ஊர்க்கூட்டத்தில் பேசுவது அதுதான் முதன் முறை. அனைவரும் வியப்புடன் அவளைப் பார்த்தனர்.

"எங்கையா ஒண்ணும் ஏட்டிக்குப் போட்டியா பேசல. நெசத்தத்தான் சொல்லுறாரு. நானு எதுக்கு வேலக்கி வராமத் திட்டுனேன்னு கேட்கலாம். ஏன் நாம மட்டும் கோயிலு வேலைக்குப் போகணும்? நாமதான் கிறிஸ்தவங்களா? அந்த உசந்த சாதி ஆளுக கிறிஸ்தவுங்க இல்லையா? அவுங்க ஏன் வேலக்கி வரல? அவுங்க வராததுனாலதான் நானும் வரல" என்றாள் உதடுகள் துடிக்க.

"ஒரு பொட்டக் கழுத பேசுற பேச்சா இது?"

"முத்து... என்னப்பா பேசாம இருக்க. இவ பாட்டுக்கு என்னென்னமோ பேசுறா. இதக் கேக்கணும்னு நமக்கென்ன தலையெழுத்தா... இவளுக்குப் புத்தி வர்றாப்புல தண்டன கொடுப்பா."

"இவுங்க ரெண்டு பேரும் செஞ்சது தப்புன்னு எல்லாருமா சொல்றீங்க?" என்று கேட்டான் முத்து.

"ஆமா... ஆமா..." கூட்டமே கத்தியது.

ஜெயமேரி வேதனையோடு அந்தக் கூட்டத்தைப் பார்த்தாள். தாங்கள் செய்தது சரி என்று ஒருவர் கூடவா அந்தக் கூட்டத்தில் நினைக்கவில்லை.

ஆனால், தனக்கு அப்படி ஓர் எதிர்பாராத ஆதரவு அந்தச் சமயத்தில் கிடைக்கும் என்று அவள் சிறிதும் எதிர்பார்க்கவில்லை.

7

பதுங்கிப் பதுங்கி இருளோடு இருளாக ஒருங்கிணைந்து வயலில் இறங்கி நடந்தான் செல்வம்.

சவரியின் சப்தத்தைக் கேட்டுத் திடீரென்று முத்து வீட்டைத் திறந்து வந்துவிட்டதால் செல்வம் அவ்விடத்திலிருந்து நழுவ வேண்டிய அவசியம் ஏற்பட்டது.

முத்து தன்னைப் பார்க்கவில்லை என்பதால் முதலில் பதுங்கிப் பதுங்கி நடந்த செல்வம், பின் துணிந்து விரைவாக நடந்தான்.

மறுநாள் காலை வரை எங்காவது தங்கிவிட்டுப் பின் ஊருக்குள் செல்ல எண்ணினான். ஏதாவது ஒரு கிணற்று மேட்டில் இரவைக் கழிக்கலாம் என்பதுதான் அவனது திட்டம்.

அப்பொழுது-

"யாருடா திருட்டுப் பய வயக்காட்டுக்குள்ள" என்ற சப்தம் கேட்டது. அதைத் தொடர்ந்து அவனது முகத்தில் 'டார்ச்சு லைட்' ஒளி வீசியது.

தனக்கு எங்கே திருட்டுப் பட்டம் கிடைத்துவிடுமோ என்று அஞ்சி அங்கிருந்து ஓட நினைத்தான். அப்பொழுது-

"அட நீயா... என்னடா இந்த நேரத்துல இங்க..." என்ற குரலைக் கேட்டு நின்றுவிட்டான்."

அது அவனது நண்பன் குரூசின் குரல். செல்வம் ஊரில் இருக்கும் பொழுது இருவரும் நகமும் சதையுமாய்ப் பழகியவர்கள். குரூசைச் செல்வம் சிறிதும் அங்கு எதிர்பார்க்கவில்லை.

செல்வத்தைக் கண்டு அதிர்ச்சியடைந்தாலும் குரூஸ் அவனைக் கட்டிப் பிடித்துக்கொண்டான். பிறகு செல்வம் தான் ஏன் சாமியாராக வில்லை என்ற காரணத்தைக் குரூசிடம் கூறினான்.

குரூசுக்கு ஒரே வியப்பு. சாமியார்கள் கூடவா அப்படி நடந்து கொள்வார்கள் என்று.

செல்வம் குரூசிடம் அன்று அவ்வூரில் தனக்கு ஏற்பட்ட அனுபவத்தைக் கூறி அதன் அடிப்படையில் அரிசனங்களின் வளர்ச்சிக்கான தனது திட்டத்தையும் கூறினான்.

மூக்கின் மேல் விரலை வைத்துக் கேட்ட குரூஸ், யார் எதிர்த்தாலும் தான் அவனோடு இணைந்து உழைப்பதாக உறுதி அளித்தான்.

இருவரும் மறுநாள் மாலை ஊருக்குள் செல்வதாக முடிவு செய்தனர்.

அப்படி ஊருக்குள் வந்தவர்கள்தான் ஊரில் ஊர்க்கூட்டம் நடப்பதை அறிந்து அமைதியாக ஒரு மூலையில் அமர்ந்து அதன் நடவடிக்கைகளை உன்னிப்பாகக் கவனித்தார்கள்.

ஜெயமேரிக்கும், சவரிக்கும் ஆதரவாக ஒருவர்கூடப் பேசாமல் இருப்பதைக்கண்டு இனிமேலும் தான் அமைதியாக இருப்பது நல்லதல்ல என்று எண்ணித் துணிந்து எழுந்தான் செல்வம்.

“அவுங்க செய்தது முற்றிலும் சரிதான்.”

கணீரென்று ஒலித்த புதுக் குரலைக் கேட்டதும் அனைவரும் திரும்பிப் பார்த்தார்கள். செல்வத்தைக் கண்டதும் திடுக்கிட்டார்கள். இவன் எப்படி இங்கே வந்தான் என்ற கேள்வி அனைவருடைய மனதிலும் எழுந்தது.

அவர்களது உள்ளத்து உணர்ச்சிகளைப் புரிந்துகொண்ட செல்வம் தொடர்ந்து சொன்னான்.

“என்னடா இவன் எப்படி இங்கே வந்தான்னு தானே நினைக்கிறீங்க. நமது சாதியின் மதிப்ப நானு சாமியாராப் போயி உயர்த்துவேன்னு நினைச்சீங்க. ஆனா, நானு அங்க இருந்தா நமது சாதியின் மதிப்ப அவ்வளவாக உயர்த்த முடியாது. வெளிய வந்தாத்தான் அதிகம் உயர்த்த முடியும்னு நெனச்சேன். அதான் வந்துட்டேன்.”

எல்லாரும் அவனையே வியப்புடன் பார்த்தார்கள். அவனைத் திடீரென்று பார்த்ததால் அனைவரது வாயும் மௌனமாயின. நிலைமையை நன்கு புரிந்துகொண்ட செல்வம் அந்த நிலையில் தான் சொல்வதை அவர்கள் கேட்பார்கள் என்ற நம்பிக்கையில் தனது கதையைக் கூற ஆரம்பித்தான்.

நான் இங்கிருந்து போனப்ப ஒரு நல்ல சாமியாராகி நம்ம சாதி மதிப்ப உயர்த்தணும்கிற எண்ணத்திலதான் போனேன்.

ஆனா அங்க போனப்ப சாதி என்கிற எண்ணமே யாருட்டயும் இல்லாதது மாதிரி தோணுச்சு. எல்லாரும் சகோதரர்கள் போல ஒற்றுமையா வாழ்ந்தோம். அந்த வாழ்க்கையே மோட்சம் மாதிரி இருந்துச்சு.

அப்படி இருக்கிறப்போ ஒருநாள் ஒரு செய்தி எங்களுக்கு கிடைச்சிச்சு. நம்ம ஊரப்போல இன்னொரு ஊருலயும் உயர்ந்த சாதிக்கு ஒரு கல்லறையும், அரிசனங்களுக்கு ஒரு கல்லறையும் இருந்திருக்கு. இரண்டு கல்லறையையும் ஒரு சுவர்தான் பிரிச்சிருக்கு...

அந்த ஊருக்குப் பங்குச் சுவாமியாராப் போனவரு ஒரு முற்போக்குக் கொள்கைக்காரரு. கிறிஸ்தவுங்கன்னு சொல்லிக்கிட்டுச் சாதி வித்தியாசம் பாக்குறது அவருக்குக் கொஞ்சமும் பிடிக்கல. சாதி வித்தியாசம் பாக்குறவுங்க கிறிஸ்தவங்களாகவே இருக்க முடியாது என்பது அவரது கொள்கை. அதுதான் உண்மையுங் கூட.

அவரு ஒருசில முற்போக்கு எண்ணங்கொண்ட ஆட்களை ஒன்று சேர்த்து ராத்திரியோட ராத்திரியா கல்லறைக்குப் போயி இரண்டு கல்லறைகளையும் பிரிச்ச அந்தச் சுவரை இடிச்சித் தரைமட்டமா ஆக்கிட்டார்.

அதனால ஊருல குழப்பம். சாதி வெறி பிடிச்ச ஒருசில உயர்ந்த சாதிக்காரங்க சாமியார அடிக்கப் போயிட்டாங்க. அதனால ஊரே போர்க்களமா மாறிருச்சி.

அந்தச் சமயத்துல ஊருல அமைதி நிலவணுங்கிறதுக்காக அந்தச் சாமியார மாத்திட்டாங்க. கல்லறைச் சுவத்தையும் மறுபடியும் கட்டிக் கொடுக்கத் திட்டம் போட்டாங்க...

இந்தச் செய்தி எங்களுக்குக் கிடைக்கவும் நான், இது தப்பு... கல்லறைச் சுவத்த மறுபடி கட்டிக் கொடுக்கவே கூடாதுன்னு என்னோட இருந்த சாமியாருக்கிட்டேயும், சாமியாருக்குப் படிச்சவிங்ககிட்டேயும் சொன்னேன்.

இது எப்படியோ எல்லாச் சாமியார்களுக்கும் தெரிஞ்சிருச்சி. ஒருநாள் சாப்பிட்டுக் கொண்டிருக்கும் பொழுது ஒரு சுவாமியார் எனக்கு எந்த ஊருன்னு கேட்டார்.

நான் புதுக்குடின்னு சொன்னேன்.

கோயில் பக்கத்தில இருக்கிற தெருவிலயா உங்க வீடு இருக்குன்னு கேட்டார். இல்ல தூரத்துல இருக்குன்னு சொன்னேன்.

அப்ப நீங்க சேரித் தெருவான்னு கேட்டார்.

நான் ஆமான்னு சொல்லிட்டு எதுக்கு சாமி கேக்குறீங்கன்னு கேட்டேன்.

பேசாம வாய மூடிக்கிட்டுச் சாப்பிடுன்னு சொல்லிட்டார்.

அவர் சொன்ன பதில் என்னத் திடுக்கிட வச்சிருச்சி. அதுவர கொடுத்து வந்த மரியாத அதுக்கப்புறம் இல்ல. அப்பத்தான் தெரிஞ்சது என் சாதியக் கண்டுபிடிக்க இந்த மாதிரிக் கேட்டிருக்காருன்னு. சாமியாருககூடச் சாதியப் பாப்பாங்க என்பதை அப்பத்தான் புரிஞ்சிக்கிட்டேன். எனக்கு என்னவோ போல ஆயிருச்சி.

அதுக்குப் பிறகு கூர்ந்து கவனிக்க ஆரம்பிச்சேன். ஒவ்வொரு இடத்திலயும் உயர்ந்த சாதிக்கார சாமியார்க தான் அதிகாரத்துல இருந்தாங்க. எங்காவது அத்தி பூத்தாப்புலதான் தாழ்ந்த சாதிக்காரங்க அதிகாரத்துல இருந்தாங்க. உயர்ந்த சாதிக்காரங்க ஒண்ணாச் சேந்துக்கிறதும், தாழ்ந்த சாதிக்காரங்களை ஒதுக்கிறதும் இங்கேயும் இருக்கேன்னு மிகவும் வேதனைப்பட்டேன். எனக்கு என்ன செய்றதுன்னே தெரியல.

அதுவர மோட்சம் மாதிரி இருந்த இடம் அதுக்குப் பிறகு நரகம் மாதிரி தோணுச்சு. எனது குருத்துவ வாழ்வைப் பத்தி நினைச்சிப் பாத்தேன். நினைக்க நினைக்கக் குழப்பந்தான் ஏற்பட்டுச்சு.

எனது குழப்பத்தச் சிறிதும் மறைக்காம எனது ஆன்ம குருவானவரிடம் சொன்னேன். நான் சொன்னதுல ஓரளவு உண்மை இருப்பதாக ஒத்துக்கிட்ட அவர் ஒவ்வொருத்தருக்கும் ஒவ்வொரு சிலுவையைக் கடவுள் கொடுத்திருக்காரு. உங்களுக்குக் கடவுள் கொடுத்திருக்கிற சிலுவை நீங்க தாழ்ந்த சாதி என்பது. இதைத் தூக்கிக்கிட்டுப் பொறுமையோட இயேசுவைப் பின்பற்றுறதுலதான் உங்க குருத்துவ வாழ்வு இருக்குன்னு அவர் சொன்னார்.

எனது வேதனை அதிகரிச்சிச்சு. அங்கே நானு ஒரு குருவா இருக்க முடியாது. ஒரு தாழ்ந்த சாதிக் குருவாகத்தான் இருக்க முடியும் என்ற உண்மை புலப்பட்டுச்சி. அங்கே ஒரு தாழ்ந்த சாதிக்காரனா இருக்கிறதுக்கும் வெளியே ஒரு தாழ்ந்த சாதிக்காரனா இருக்கிறதுக்கும் ஒரு வித்தியாசமும் தெரியல. அங்கே இருக்கிறதைவிட வெளியே இருக்கிறதே உயர்ந்தது என்று மனசுக்குப் பட்டுச்சு.

நான் அவருட்ட, சாமி, சாதிப் பாகுபாடுங்கிற சிலுவை நீங்க கொடுக்கிற சிலுவை; நம் கடவுள் இயேசு கொடுக்கிற சிலுவை இல்ல. நீங்க கிறிஸ்துவைப் பின்பற்றுகிற சாமியாருக இல்ல. சாதியப் பின்பற்றுகிற சாமியாருக. நான் இங்கே இருந்தா அது இயேசுவுக்கே பிடிக்காதுன்னு சொல்லி அந்த வாழ்வுக்கு முற்றுப் புள்ளி வச்சிட்டு வந்துட்டேன்.

ஆனா, அவுங்களையும் சும்மா சொல்லக் கூடாது. நான் போறேன்னு எனக்கு பேன்ட்ஸ், சட்டைக நிறைய எடுத்துக் கொடுத்து வழி அனுப்பி வச்சாங்க.

அதோடதான் வந்தேன். ஆனா, அந்தப் பாவிங்க கொடுத்த துணியை உபயோகிக்கக் கூடாதுன்னு அனைத்தையுமே தூக்கி எறிஞ்சிட்டேன். ஏன், அவுங்க உதவியிலே படிச்ச படிப்பும் வேண்டாம்னு சர்டிபிக்கேட்டையும் தூக்கி எறிஞ்சிட்டேன்.

ஆனா, நான் இங்க வந்த அன்னைக்கே இங்க நமது ஊருலயும் கல்லறைப் பிரச்சனை ஆரம்பிச்சிருக்கு. இதுல இருந்து கடவுள் என்னை இங்கே அழைச்சிருக்காரு. இந்த கல்லறைப் பிரச்சனையில போராட அழைச்சிருக்காருன்னு நல்லாப் புரிஞ்சுக்கிட்டேன். என்னுடைய அழைத்தலை இங்கதான் நான் முழுமையா உணர்ந்தேன்.

நாம கிறிஸ்தவுங்க; பறயங்க இல்ல. கிறிஸ்தவுங்க எல்லாரும் சகோதரர்கள்தான். அப்படித்தான் இயேசுவும் சொல்லியிருக்காரு.

அதனால சவரியோட சேருவோம். ஒண்ணா குரல் கொடுப்போம். நாளைக்கே சாமியாரிடம் போவோம். கல்லறைச் சுவரை உடைச்சு எறியச் சொல்வோம். மாட்டேன்னு சொன்னார்னா, நாமே உடைச்சு எறிவோம்" என்று உணர்ச்சியுடன் கூறினான்.

ஜெயமேரி உதடுகள் துடிக்க, செல்வத்தையே பார்த்தாள். அவளது இதயம் அழுதது. இந்த நல்லவரையா நான் திட்டினேன்! இவரையா நான் போடா வெளியே என்று கூறினேன்! தனது பின் புத்தியை நினைத்து வேதனைப்பட்டாள்.

அதுவரை அமைதியாகச் செல்வம் சொன்னதைக் கேட்டுக் கொண்டிருந்த ஒருவன் கத்தினான்:

"டேய்... இவன் பொய் சொல்றாண்டா."

"ஆமா... சாமியாருக எத எதையோ வெறுத்துப் போறாங்க. ஏன்... பொம்பளைகளைக்கூட வெறுத்துட்டு கலியாணமே முடிக்காம இருக்காங்க. அவுங்களுக்கு இந்தச் சாதி ஆசையா இருக்கும்? இவன் கட்டாயம் பொய்தான் சொல்றான்" என்றான் இன்னொருவன்.

"இவனுக்குக் கலியாண ஆசை வந்திருக்கும். அதான் வந்திருப்பான். இப்ப நல்லவன் மாதிரி நடிச்சிக்கிட்டுச் சாமியாருக மேல பழியப் போடுறான்."

"ஆமாண்டா... இவனா வந்திருக்கமாட்டாண்டா... இவன் அங்க யாராவது பொம்பளைக பின்னால சுத்தியிருப்பான். அதனால அனுப்பிச்சிருப்பாங்க. இப்ப உத்தமனாட்டம் நடிக்கிறான்."

"இவன் சாமியாராப் போவான்னு இவனுக்கு எவ்வளவு செலவு செஞ்சி வழியனுப்பி வச்சோம்பாரு. நம்ம புத்தியச் சோட்டால அடிக்கணும்."

முதலிலேயே செல்வத்தைக் கண்ட அவனது தந்தை மிக்கேல் - இவன் ஏன் வந்துவிட்டான் எனக் கோபத்தோடு பார்த்தான்.

இப்பொழுது ஒவ்வொருவரும் செல்வத்திற்கு விரோதமாகப் பேசவும் அவனது கோபம் அதிகரித்தது. கோபத்தை அடக்க முடியாமல் எழுந்து 'பளார்' என்று செல்வத்தின் கன்னத்தில் அறைந்தான்.

அதைச் சிறிதும் எதிர்பார்க்காத செல்வம் நிலை தடுமாறிக் கீழே பொத்தென்று விழுந்தான்.

ஆத்திரம் சிறிதும் தணியாத மிக்கேல், "ஏண்டா... எம் பேரைக் கெடுக்கவாடா சாமியாராப் போயிட்டு ஓடி வந்துட்ட? இனிமே எந்த முகத்தோட ஊருல தலைநிமிந்து நடப்பேன்? எல்லார் முன்னாலேயும் என்னைத் தலைகுனிய வச்சிட்டயேடா. நீ வீட்டுக்கு வா. அங்கே பாத்துக்கிறேன்" என்று கூறியபடியே அவனைத் தரதரவென்று இழுத்துக்கொண்டு சென்றார்.

செல்வத்திற்கு சாதகமாகப் பேசலாம் என்று நினைத்த குரூஸ் அந்தச் சூழ்நிலையில் செய்வது அறியாமல் திகைத்தான். ஜெயமேரி கண்ணீரோடு செல்வத்தைப் பார்த்தாள். அவளது உள்ளம் பாகாய் இளகியது.

நாட்டாண்மை முத்துவிற்கு என்ன செய்வதென்று தெரியவில்லை. செல்வம் கூறியதில் சிறிது உண்மை இருப்பதாகவும், சவரியும், ஜெயமேரியும் நேர்மைக்காகப் போராடுவதாகவும் மனதுக்குப் பட்டது. ஆனால்-

ஊர் முழுவதும் சவரிக்கு எதிராக இருக்கும் இந்த நேரத்தில் அவர்களுக்கு எதிராகச் சவரி குற்றமற்றவன் என்று சொல்லவும் பயந்தான். அவன் ஒரு போர் வீரன். கட்டளைகளுக்குப் பணிந்து நடந்தவன். கட்டளை கொடுத்துப் பழகாதவன். இங்கே மட்டும் எப்படி அவனால் அவனது குணத்திற்கு மாறாக நடக்க முடியும்?

"அப்ப சவரி செய்தது தப்புன்னு எல்லாரும் சொல்றீங்களா?" என்று கேட்டான்.

"ஆமா... ஆமா..." பல குரல்கள் எழுந்தன.

முத்து ஒரு நிமிடம் யோசித்தான். பிறகு சவரியை நோக்கிக் கம்பீரமான குரலில் தனது தீர்ப்பைக் கூறினான்.

"சவரி, நீ செய்தது தப்புன்னு எல்லாரும் சொல்றாங்க. அதனால நீயும், உன் மகளும் சாமியார் காலுல விழுந்து மன்னிப்புக் கேக்கணும். பிறகு ஊருக்கு இருபத்தைந்து ரூபா அபராதம் கட்டணும்."

காய்ச்சலில் உடல் நடுங்க அமர்ந்திருந்த சவரி உறுதியுடன் சொன்னான். "நாங்க செஞ்சது தப்பு இல்ல. அதனால மன்னிப்புக் கேட்க மாட்டோம். அபராதமும் கட்ட மாட்டோம்."

சவரி அப்படிக் கூறவும், முத்துவின் மிலிட்டரி மீசை துடித்தது. ஊர்க் கூட்டம் போட்ட தீர்ப்பை மீறுவதா? கோபத்தில் கண்கள் சிவக்க மறுபடியும் அவனிடம் கேட்டான்.

"இதுதான் உன் முடிவா?"

"ஆமா" என்றான் சவரி உறுதியுடன். முத்துவின் கோபம் அதிகரித்தது. ஊராரைப் பார்த்துத் தீர்மானமாகக் கூறினான்.

"இவுங்க ரெண்டு பேரும் ஊர்க் கட்டுப்பாட்ட மீறுராங்க. அதனால இவுங்கள ஊருல இருந்து விலக்கப் போறேன். இன்னையில இருந்து இவுங்களோட யாரும் கொடுக்கல் வாங்கல் ஒண்ணும் வச்சிக்கிடக் கூடாது. நல்லது கெட்டதுக்கும் போகக் கூடாது."

பிறகு ஆத்திரத்துடன் சவரியை விழித்துப் பார்த்தான். பிறகு கோபத்தில், "நீங்க ரெண்டு பேரும் தெருவுல நடக்கக் கூடாது. கிணத்துல தண்ணி எடுக்கக் கூடாது. யாரு கூடயும் பேசக் கூடாது. என்னைக்கு வந்து மன்னிப்புக் கேக்கிறீங்களோ அன்னைக்குத்தான் ஊருல சேர்ப்போம்" என்று கூறி எழுந்தான்.

சவரியும் துணிந்து எழுந்தான். அவன் கால்கள் நடுங்கின. இதயம் அழுதது. அவனது இதயத்தில் வாழும் மேரியோடு பேச ஆரம்பித்தான். "மேரி... உன்னால நான் ஊரையே பகைச்சுகிட்டேன். என்னைச் சீக்கிரம் அழைச்சிக்கோ மேரி!"

அங்கிருந்து தள்ளாடியபடியே நடந்த அவனைத் தாங்கியவாறு சென்றாள் ஜெயமேரி. அவளது கண்கள் வெறுப்பை உமிழ்ந்தன.

ஆனால், ஊரையே எதிர்ப்பதால் தனக்கு இவ்வளவு பெரிய கஷ்டம் இவ்வளவு விரைவில் வரும் என்று அவன் சிறிதும் எதிர்பார்க்கவில்லை.

8

எந்த நிகழ்ச்சியை மறக்க நினைக்கிறோமோ அந்த நிகழ்ச்சி மனதை விட்டு அகலாமல் என்றும் மனதில் இருப்பதைக் காண்கிறோம்.

அந்த நிலையில்தான் அப்பொழுது இருந்தார் பங்குத் தந்தை ஜோசப் சுவாமியார்.

சவரியைச் சந்தித்த அவர் அந்த வேதனை நிறைந்த நிகழ்ச்சியை மறக்க நினைத்தார். அவரால் முடியவில்லை.

அவர் எவ்வளவுக்கு எவ்வளவு மறக்க நினைத்தாரோ அவ்வளவுக்கு அவ்வளவு மனதில் சவரியின் நினைவு வந்து அவரை வாட்டியது.

சவரிக்கு அநீதி செய்து விட்டேனோ?

அவன் கேட்டதில் உள்ள நியாயத்தைப் பாராமல் எல்லாரையும் பிரியப்படுத்த வேண்டும் என்ற எண்ணத்தில் அவனது உரிமைக்கு அணைபோட்டு விட்டேனோ?

இக்காலத்தில் அனைவரையும் பிரியப்படுத்த முடியுமா?

தனது இந்தக் கொள்கை சரியா என்ற அடிப்படைக் கேள்வியை இறுதியில் தனக்குத் தானே கேட்டுக் கொண்டார்.

ஆழ்ந்து சிந்தித்தபொழுது அனைவரையும் பிரியப்படுத்த முடியாது என்ற பதில்தான் கிடைத்தது.

இயேசு அனைவரையும் பிரியப்படுத்த வேண்டும் என்றா செயல்பட்டார்? எதில் நீதி, நேர்மை, நியாயம் இருந்ததோ அதோடு தானே சேர்ந்தார். அதனால்தானே அவர் வெளிவேடக்காரர்களையும், பணக்காரர்களையும், பரிசேயர்களையும் வன்மையாகக் கண்டித்தார். அதனால் தானே அவர் சிலுவைச் சாவைக்கூட ஏற்கும் நிலை ஏற்பட்டது.

இயேசுவைப் பின்பற்றும் நான் மட்டும் ஏன் அனைவரையும் பிரியப்படுத்த வேண்டும் என எண்ண வேண்டும்? நீதிக்காக, நேர்மைக்காகப் போராட ஏன் தயங்க வேண்டும்? ஏன் அநீதியை எதிர்க்க அஞ்ச வேண்டும்?

நினைத்துப் பார்த்த பொழுதுதான் இயேசு காட்டிய வழியிலிருந்து விலகிச் சென்றுவிட்டதாக உணர்ந்தார்.

அவரது கண்கள் கண்ணீர் சிந்தின. அக்கண்ணீர் அவரைப் புதிய வழியில் செயலாற்றத் தூண்டியது.

இனிமேலும் தான் ஒரு கோழையாக இருக்கக்கூடாது என்று முடிவு செய்தார். இயேசுவைப்போல் நீதிக்காகப் போராடத் துணிவு கொண்டார். சவரி எழுப்பியிருக்கும் விடுதலைக் குரலின் வழி நடக்க உறுதி பூண்டார்.

ஆனால்-

எப்படி இரண்டு கல்லறைகளையும் ஒரே கல்லறையாக்குவது?

சிந்தித்த அவர் மனதில் மூன்று வழிகள் தென்பட்டன.

முதலாவதாக உயர் சாதிக் கிறிஸ்தவர்களும், அரிசனங்களும் இணைந்த ஊர்க் கூட்டத்தைக் கூட்டலாம். அதில் கிறிஸ்தவ மதத்தில் சாதி கிடையாது என்று சொல்லி உயர் சாதியினரைக் கொண்டே இரண்டு கல்லறைகள் என்று பிரித்துக்காட்டும் இடைச் சுவரை உடைக்கச் சொல்லலாம்.

ஆனால், உயர்ந்த சாதியினரிடம் இத்தகைய பரந்த மனப்பான்மையை எதிர்பார்க்க முடியாது என்ற எண்ணமும் கூடவே எழ அவ்வழியைக் கைவிட்டார்.

இரண்டாவதாக அரிசனக் கிறிஸ்தவர்களை ஒன்று திரட்டி அவர்களிடம் விழிப்புணர்வை ஏற்படுத்தி அந்தச் சுவரை இடிக்கச் சொல்லலாம்.

ஆனால் அதனால் உயர் சாதியினருக்கும், அரிசனங்களுக்கும் கலகம் மூண்டுவிடலாம். சிலர் கொல்லவும் படலாம் என்ற எண்ணம் தோன்ற அவ்வழியையும் விட்டு விட்டார்.

மூன்றாவதாக கல்லறை நிலஉரிமையைப் பயன்படுத்தி, அரிசனக் கல்லறையைச் சுற்றியும் சுவர் எழுப்பி, இறுதியில் உயர் சாதிக்காரர்களிடம் இரண்டு கல்லறையையும் பிரிக்கும் சுவற்றை நன்கு பலமாகக் கட்டலாம் என்று கூறி இடித்துவிட்டுப் பின் சிறிது சிறிதாகக் காலம் கடத்தி அப்படியே விட்டுவிட்டால்...

நினைத்தபொழுது மூன்றாவது வழிதான் சிறந்த வழியாக அவர் மனதுக்குப்பட்டது.

திட்டத்தை நினைத்து மகிழ்ந்த அவர் உடனே அதை நிறைவேற்ற ஆரம்பித்தார்.

முதல் வேலையாகக் கல்லறைப் பட்டாவைத் தேடி எடுக்க முடிவு செய்து, இரும்புப் பெட்டியைத் திறந்து அங்கே இருந்த பட்டாக்கள் அனைத்தையும் எடுத்தார். அதில் கல்லறைப் பட்டா இல்லை.

எல்லா நிலத்திற்கும் பட்டாக்கள் இருக்க கல்லறைக்கு மட்டும் பட்டா இல்லையே! அப்படியானால் கல்லறை கோயில் நிலம் இல்லையா?

அது கோயில் நிலம் அல்ல என்றும், இறந்த மேரியின் தம்பி சின்னவரின் நிலம் என்றும், அது புறம்போக்கு நிலமானாலும் அனுபவித்து வருவது அவர் என்றும் கர்ணத்தின் வாயிலாக அறிந்தார் சுவாமியார்.

சின்னவர் அந்த நிலத்தைக் கோயிலுக்குத் தருவாரா? எதற்கும் முயற்சி செய்யலாம் என்று சின்னவரை வரச் சொல்லி ஆள் அனுப்பினார் சுவாமியார்.

"சாமி, கும்புடுறேன்" விரல்களில் தங்க மோதிரங்கள் மின்னக் கைகூப்பினார் சின்னவர்.

"வாங்க... உக்காருங்க," சுவாமியார் நாற்காலியில் அவரை அமரச் சொன்னார்.

"சாமி, என்னைப் பாக்கணும்னு சொன்னீங்களாமே... என்ன விஷயம் சாமி?"

"உங்க கிட்ட ஒரு உதவி கேக்கணும்."

"சாமி... தாராளமாகக் கேளுங்க. சாமிக்கு இல்லாத உதவியா? சாமி, நீங்க இப்பத்தான் புதுசா வந்திருக்கீங்க. என்னப்பத்தி சரியா உங்களுக்குத் தெரியாது. சாமி, நானு கோயிலுக்குன்னா என்ன வேணும்னாலும் செய்வேன் சாமி."

"அப்படியா?" மகிழ்ந்தார் சுவாமியார். தமது காரியம் மிகவும் எளிதாக முடிந்துவிடும் என்று மனக்கோட்டை கட்டினார்.

"ஆமாம் சாமி. கோயில் திருநாளுல ஒருநா என்னுடைய மண்டகப்படி சாமி. ஆயிரக்கணக்கா கோயிலுக்காகச் செலவு செய்வேன். வயல்ல நல்லா விளைஞ்சா ஒரு கணிசமான தொகையை கோயிலுக்குக் காணிக்கையாப் போடுவேன் சாமி. வீட்டுல ஏதாவது

நல்லது செஞ்சா சாமியாருக்குக் கொடுத்தனுப்பத் தவறுவது கிடையாது. வீட்டுலயும் ஏதாவது நல்ல காரியம்னா சாமிக்குத்தான் முதல் மரியாதை.”

“ரொம்ப சந்தோஷம்.”

“ஐயோ... சாமி எதயோ கேக்கணும்னு சொன்னீங்க. அத விட்டுட்டு நானு எதெதையோ சொல்றேன். இதக் கூடச் சொல்லியிருக்க மாட்டேன். நீங்க ஊருக்குப் புதுசு. என்னப்பத்தி ஏதாவது பொல்லாததை சாமி கிட்ட வேற யாராவது சொல்லிறக் கூடாது பாருங்க. அதான் சொன்னேன். சாமிக்கு நானு என்ன செய்யணும்?”

இவ்வளவு நல்லவராகச் சின்னவர் இருக்கிறாரே என்று மகிழ்ந்து மெதுவாகச் செய்தியைச் சொன்னார்.

“கல்லற நிலம் உங்க பேருல இருக்குன்னு கேள்விப்பட்டேன். நீங்கதான் தீர்வ கூடக் கட்டுவதாகக் கேள்விப்பட்டேன். கல்லறை எல்லாத்துக்கும் பொதுவானதுதான். அதனால் அதைக் கோயிலுக்குக் கொடுத்திருங்களேன். அப்படிக் கொடுத்துட்டா கோயில் பேருக்கு பட்டா வாங்கலாம். உங்களுக்கு வேணும்னா கொஞ்சம் பணங்கூடத் தாரேன்.”

அதுவரை பூனை போல் அமைதியாக அமர்ந்திருந்த சின்னவர் கோபத்தில் கொதித்து எழுந்தார். அவர் போட்டுவந்த பக்தி வேஷம் போன இடம் தெரியவில்லை. கோபத்தில் கரகரத்த குரலில் கூறினார்.

“சாமி... நீங்க எதுக்காக கல்லறை நிலம் கோயிலுக்கு வேணும்னு கேக்குறீங்கன்னு நல்லாத் தெரியும். சாமி... நேத்து ராத்திரி நீங்க சவரியச் சந்தித்துப் பேசினீங்கள்ல?”

“...”

“என்ன சாமி பேசாம இருக்கிறீங்க? இவனுக்கு எப்படித் தெரியும்னுதானே விழிக்கிறீங்க. சாமி, இந்த ஊருல எது நடந்தாலும் எங் காதுக்கு எட்டாமப் போகாது. அங்கங்க எனக்கு ஆளுங்க இருக்கு. சாமி கல்லற நிலத்துக்குப் பட்டா வாங்கிட்டு ரெண்டு கல்லறயயும் ஒண்ணா ஆக்கிரலாம்னுதான நெனைக்கிறீங்க...?”

“...”

“சாமி... உங்க திட்டமெல்லாம் தெரியும். வீணா இதுல தலையிடாதீங்க. அந்தச் சவரி சொன்னான்னு அவனயும் அந்தப்

பறப்பயல்களையும் எங்க கல்லறையில் பொதைக்க முயற்சி செய்யாதீங்க. இது சாதாரணப் பிரச்சனையில்ல. மானப் பிரச்சனை. சாதிப் பிரச்சனை. இதுல தலையிட்டு வீணா உங்க பேரைக் கெடுத்துக்கிடாதீங்க. இதுல ஏதாவது செய்யப் பாத்தீங்க, அப்புறம் நானு ரொம்ப பொல்லாதவனா ஆயிறுவேன். இதுவரைக்கும் என்ன ஒரு நல்லவனாகவே பாத்திருக்கீங்க... அப்படியே பாக்குறதுதான் உங்களுக்கு நல்லது...

"..."

"என்ன சாமி, பேசாம இருக்கிறீங்க? உங்க வேலையென்ன? பூசை வையுங்க. நன்மை கொடுங்க; தங்குறதுக்கு நல்ல பங்களா இருக்கு. நல்லா ஓய்வு எடுங்க. நல்லாச் சாப்பிடுங்க. உங்களுக்கு எனக்கு மேலே நிலம் இருக்கு. நிலத்துக்குப் போங்க; ஒரு மொதலாளி மாதிரி அங்கு வேலை செய்றவுங்களை விரட்டுங்க. இப்படித்தான் இதுவரை எல்லாச் சாமிகளும் செஞ்சாங்க. அதுதான் உங்களுக்கும் நல்லது. ஊருக்கும் நல்லது; போயிட்டு வரட்டுமா?

அவருடைய பதிலுக்குக் காத்திருக்காமல் விரைவாக வெளியேறினார் சின்னவர்.

சுவாமியார் ஜோசப் செய்வது அறியாது திகைத்தார்.

என்ன செய்வது?

யார் பக்கம் சேர்வது?

உயர் சாதியினர் பக்கம் சேர்வதுதான் தனக்குப் பாதுகாப்பா?

ஒரு முடிவுக்கும் வர முடியாமல் திகைத்தார் அவர்.

9

“குருசு... நம்ம ஊரு பெரிய மனுஷங்கள நெனச்சா அவுங்கள வெட்டிப் போடலாம் போலக் கோபம் வருது. என்னைக்கு நம்ம ஊருப் பெரிய மனுஷங்க மாறுராங்களோ அன்னைக்குத்தான் நம்ம ஊருக்கு நல்ல காலம் பிறக்கும்.” குருஸ் வேலை செய்யும் கிணற்று மேட்டில் அமர்ந்தபடி சொன்னான் செல்வம்.

“..........”

“என்னடா குருஸ் பேசாம இருக்க. நேத்துப் பாரு, பாவம்... சவரி மாமாவும் ஜெயமேரியும் தனித்தனிக் கல்லறை வேண்டாம். ஒரே கல்லறைதான் வேணும்னு துணிஞ்சி கேட்டாங்க. அவுங்களுக்குக் கிடைச்ச தண்டனயப் பாத்தியா? இப்படிப் போனா ஊருல எவண்டா அநீதிய எதுத்துப் போராடுவான்? அவுங்க ரெண்டு பேரையும் நெனச்சி ரொம்பச் சந்தோஷப்படுறேண்டா. என்ன நடந்தாலும் நடக்கட்டும்னு துணிஞ்சி இருக்காங்க பாரு. சே... நானும் அவுங்களோட சேர்ந்து ஊரை எதுக்கப்போறேன். ஏண்டா... நானு ஏதாவது செய்தா ஏங்கூட நீ சேருவியா?”

“சொல்ல வேண்டாம், செய். நானு உங்கூடச் சேருரேனா இல்லையான்னு பாரு” என்று கூறிய குருஸ் வயலுக்குத் தண்ணீர் பாய்ச்சுவதற்காகச் சென்றுவிட்டான்.

செல்வம் அந்தக் கிணற்று மேட்டிலேயே அமர்ந்திருந்தான். எந்த வழியில் சவரி மாமாவுக்கும், ஜெய மேரிக்கும் உதவலாம் என்று நினைத்துப் பார்த்தான். ஒரு வழியும் தெரியவில்லை. அப்பொழுது-

ஜெயமேரி தண்ணீர் எடுப்பதற்காக இடுப்பில் குடத்துடன் வருவதைப் பார்த்தான்.

அவளைக் கண்டதும் செல்வத்தின் வேதனை அதிகரித்தது. ஊரை விட்டு விலக்கி வைத்திருப்பதால்தானே அவளால் ஊர்க் கிணற்றில் தண்ணீர் எடுக்க முடியாமல் இவ்வளவு தூரம் வந்து எடுக்க வேண்டியுள்ளது. வேதனையுடன் அவளைப் பார்த்தான்.

வேகமாகக் கிணற்றுக்கு வந்த ஜெயமேரி செல்வத்தைக் கண்டதும் திடுக்கிட்டாள். அவளது உதடுகள் படபடவென்று துடித்தன. கண்கள் கலங்கின. வேதனையோடு அவனைப் பார்த்தாள்.

செல்வத்திற்கு அவளோடு பேச ஆசை. சுற்றிலும் பார்த்தான். ஒருவரும் இல்லை. தூரத்தில் குரூஸ் மட்டும். தண்ணீர் பாய்ச்சிக் கொண்டிருந்தான். ஜெயமேரியோடு யாரும் பேசக் கூடாது என்ற கட்டுப்பாட்டை உடைத்து அவளோடு பேச ஆரம்பித்தான்.

“ஜெயமேரி... எப்படி இருக்கிற?”

அவன் அப்படிக் கேட்கவும் வேதனையில் நிறைந்திருந்த அவள் விம்மி விம்மி அழ ஆரம்பித்தாள்.

“என்ன மன்னிச்சிருங்க. உங்களச் சரியாப் புரிஞ்சிக்கிடாம அன்னைக்கி உங்களத் திட்டிட்டேன்.”

“நேத்து ஊர்க் கூட்டத்துல நானு சொன்னத நீ நம்புறயா?”

“ஆமாங்க...”

“அப்படியா... நீயாவது நம்புறயே... அது ஒண்ணு போதும். எங்க நீ கூட நம்பாம என்னைச் சந்தேகிப்பாயோன்னு நெனச்சேன்.”

“இனிமே என் நம்பிக்கையே நீங்க தான்.” உதடுகள் படபடவென்று துடிக்க அவள் கூறினாள்.

செல்வம் வியப்புடன் அவளைப் பார்த்தான். அவள் உதடுகளின் துடிப்பை மறைக்கத் தலை குனிந்து கொண்டாள்.

“ஜெயமேரி, ஐயாவுக்கு எப்படி இருக்கு?”

“ஐயாவ நெனச்சாப் பயமா இருக்கு... ராத்திரி முழுதும் தூங்கல. ஒரே பொலம்பல். மேரி... உன்ன விட்டுட்டு எம் மேரிக்கிட்ட போகப் போறேன்னு பொலம்பிக்கிட்டே இருந்தாரு...”

“காய்ச்சல் எப்படி இருக்கு?”

“தீயாப் பொசுக்குது. ஒண்ணுமே சாப்பிடல. எனக்குப் பயமா இருக்கு. என்ன செய்யுறதுன்னே தெரியல...”

“மருந்து ஏதாச்சும் கொடுத்தியா?”

“எங்க போயி மருந்து வாங்க. மாத்திர வாங்கணும்னாலும் பக்கத்து ஊருக்குப் போகணும். எப்படிப் போறது? ஐயாவைத் தனியா விட்டுப் போகவும் பயமா இருக்கு.”

“நானு போயி மாத்திர வாங்கிட்டு வரவா?”

“ஐயையோ வேண்டாம். பிறகு உங்களயும் ஊருல இருந்து விலக்கிருவாங்க.”

“என்ன விலக்கினாலும் பரவாயில்ல. நீ நல்லதுக்காகக் கஷ்டப்படும் போது நானும் ஏன் உனக்காகக் கஷ்டப்படக் கூடாது?”

“வேண்டாங்க. உங்கள மட்டும் விலக்க மாட்டாங்க. உங்களோட உங்க வீட்டயும் விலக்கிருவாங்க. ரொம்ப வருஷத்துக்குப் பிறகு இப்பத்தான் வந்திருக்கீங்க. கொஞ்ச நாளைக்காவது நீங்க ஊரோட ஒத்துப் போனாத்தாங்க நல்லது... நானு தண்ணி எடுத்துட்டு, கொஞ்சம் சுக்குக் காப்பி போட்டுக் கொடுத்துட்டு அப்படியே ஒரு எட்டுப் போயி மாத்திர வாங்கிட்டு வந்திர்றேன்.”

“நானு வேணும்னா யாருக்கும் தெரியாம மாத்திர வாங்கிட்டு வந்து கொடுக்கட்டா?”

“எப்படிக் கொடுப்பீங்க?”

“நானு போயி மாத்திர வாங்கிட்டு இந்தக் கிணற்றங்கரையிலேயே உக்காந்திருக்கேன். நீ மத்தியானம் போல வா. நானு உன்னிடம் தாரேன்.”

“என்னால உங்களுக்கு எவ்வளவு கஷ்டம்! நேத்து வீட்டுக்குப் போன பிறகும் உங்கையா உங்கள அடிச்சாரா...? உங்களப் பத்தியே நினைச்சிக்கிட்டு இருந்தேன். தூங்கவே இல்ல. என்னாலதான நேத்து உங்களுக்கு அந்த அடியும் திட்டும்.”

“ஜெயமேரி... என்னைப் பத்திக் கவலப்படாதே. ஐயாவை நல்லாக் கவனிச்சிக்கோ. நானு போயி மாத்திர வாங்கிட்டு வாரேன். மத்தியானம் வா.”

அவளது உயிர்த் துடிப்புள்ள உதடுகளை ஒரு சில வினாடிகள் பார்த்துவிட்டுப் பிறகு ஒரு நீண்ட பெருமூச்சு விட்டபடியே விரைவாக அங்கிருந்து நடக்க ஆரம்பித்தான். அவள் அவனை ஆதரவாக விசாரித்த சொற்கள் அவனது மனதில் ஒலித்தபடியே இருந்தன.

மாத்திரைகளை வாங்கிக்கொண்டு விரைவாகவே அக்கிணற்றுக்கு வந்து விட்டான். அங்கேயே ஜெயமேரியின் வருகைக்காகக் காத்திருந்தான்.

நண்பகல் பன்னிரெண்டு மணி என்பதற்கு அடையாளமாகக் கோயில் மணி அடித்தது.

ஜெயமேரி வரவில்லை.

மணி ஒன்று இருக்கும்.

அப்பொழுதும் வரவில்லை.

மணி இரண்டு.

செல்வம் இன்னும் அக்கிணற்றடியில் காத்திருந்தான்.

ஏன் இன்னும் வரவில்லை! ஒருவேளை சவரிக்கு ரொம்பவும் சுகமில்லாமல் இருக்கிறதோ?

இந்த எண்ணம் அவனது இதயத்தில் எழுந்தது. அவனால் அதற்கு மேலும் அமைதியாக அமர்ந்திருக்க முடியவில்லை. துடிதுடிக்கும் இதயத்துடன் அங்கிருந்து புறப்பட எழுந்தான். அப்பொழுது-

தூரத்தில் ஜெயமேரி வருவது தெரிந்தது. அப்பொழுதுதான் அவனது இதயம் ஓரளவு நிம்மதி அடைந்தது. எழுந்த அவன் மறுபடியும் அமர்ந்தான்.

சுற்றிலும் பார்த்தான். ஒருவரும் இல்லை. அவனது மகிழ்ச்சி அதிகரித்தது.

ஜெயமேரி அவனருகில் வந்து அமர்ந்தாள். அவளது முகம் சலனமற்று இருந்தது.

"ஜெயமேரி, உனக்காக நானு ரொம்ப நேரம் காத்திருந்தேன்."

"அப்படியா?" அவனையே பார்த்தாள் அவள்.

"இந்தா மாத்திரை. போயி ஐயாவுக்கு நாலு மணி நேரத்துக்கு ஒண்ணாக் கொடு."

அந்த மாத்திரைகளை வாங்கி அதையே வெறித்துப் பார்த்தாள். சலனமற்று இருந்த அவளது முகம் சிறிது சிறிதாக மாறியது. பிறகு திடீரென்று கீழே குனிந்து அவனது மடியில் தலைவைத்து 'ஓ' என்று கண்ணீர் விட ஆரம்பித்தாள்.

"என்ன ஜெயமேரி இது. சின்னப்பிள்ளை மாதிரி. ஐயாவுக்குச் சரியாப் போயிறும். மாத்திரயக் கொடு."

"என்ன விட்டுட்டுப் போயிட்டாரே!" என்று கூறிய அவளது அழுகை அதிகரித்தது. அனாதையாகி விட்ட அவள் அவனது ஆதரவைத் தேடி விம்மி விம்மி அழுதாள். இறந்த சவரியின் உடலுக்கு முன்பாக ஒரு சொட்டுக் கண்ணீர்கூட விடாத அவள் அங்கே அவனது மடியைக் கண்ணீரால் நிறைத்தாள்.

செல்வத்திற்கு என்ன சொல்வதென்றே தெரியவில்லை. தேற்றக்கூடிய இழப்பா அது? அழுவது வரை அழட்டும் என்று விட்டுவிட்டான். ஆனால்-

அவனது கரங்கள் ஆதரவாக அவளது நீண்ட தலைமுடியைத் தடவின.

கண்ணீர்விட்டு அழாத அவன் இதயத்திற்குள் ஜெயமேரியுடன் இணைந்து சவரிக்காக அழுதான்.

அழுது ஓய்ந்த அவள் பழைய ஜெயமேரியாகத் துணிவுள்ள ஜெயமேரியாக எழுந்து அமர்ந்தாள். வேதனையின் உருவமாக அமர்ந்திருந்த அவனைப் பார்த்துக் கண்களைத் துடைத்துக்கொண்டே சொன்னாள்.

"ஐயா செத்துப் போயிட்டாருன்னு கவலைப்பட்டு இனிப் பிரயோசனமில்ல. ஆனா, ஐயா பிணத்த எடுக்கணும். ஆனா, ஊர் ஆளுக காலுல விழுந்து நானு செஞ்சது தப்பு. மன்னிச்சிருங்க. எங்கப்பன் பிணத்த எடுத்துப் பொதைங்கன்னு சொல்ல நானு தயாரா இல்ல."

"என்ன சொல்லுற ஜெயமேரி! பிறகு எப்படி ஐயா பிணத்த பொதைப்ப? எங்க பொதைப்ப? நம்ம சாதிக் கல்லறையில்கூடப் பொதைக்க முடியாதே?"

"நம்ம ஆளுங்க பொணத்த எடுத்து நம்ம கல்லறயில பொதச்சா எங்கையா ஆத்துமா சாந்தியடையாது."

"அப்ப என்னதான் செய்யணும்னு நினைக்கிற?"

"பொதைக்க உங்க உதவி வேணும்."

"என் உதவியா?" வியப்புடன் கேட்டான் செல்வம்.

"ஆமா. ஏன் எதுக்குன்னு கேக்காதீங்க. எங்கையாவை நாமளே பொதைக்கணும். அதுவும் அந்த மேல் சாதிக்காரங்க கல்லறயில பொதைக்கணும். உங்களால உதவ முடியுமா?"

செல்வம் அவளது முகத்தையே பார்த்தான். உயர்ந்த சாதிக்காரர்கள் கல்லறையில புதைக்க வேண்டும் என்று சொல்கிறாளே! நடக்கக்கூடிய காரியமா அது! வேறு எங்காவது புதைக்க அவன் தயாராக இருந்தான். குருஸ் அவன் உதவிக்குக் கட்டாயம் வருவான். ஊர் தங்களை விலக்கி விடும் என்பதைக் கண்டு பயப்படாமல் சவரியைத் தூக்கிக்கொண்டு சென்று எங்காவது ஆற்றங்கரையில் புதைத்துவிடலாம். அரிசனங்கள் கல்லறையில்கூட புதைக்க முடியாது. ஊரிலிருந்து விலக்கப்பட்டவர்களை

அங்கே புதைக்க முடியாது. அப்படியிருக்க உயர்சாதிக் கல்லறையில புதைப்பதா? நினைத்துக்கூடப் பார்க்க முடியாதே?

பல்வேறு எண்ணங்கள் செல்வத்தின் மனதில் எழுந்ததாலும் ஜெயமேரியின் தைரியம், உறுதி அவனை மிகவும் கவர்ந்தது. அவளையே வியப்புடன் பார்த்தான்.

“என்ன பேசாம இருக்கிறீங்க?”

“ஜெயமேரி உனக்கு உதவ நானு தயாரா இருக்கேன். ஆனா நீ சொல்லுறது மாதிரி உயர்ந்த சாதிக் கல்லறையில பொதைக்கிறது என்பது நடக்கக்கூடிய காரியமா? முடியாது ஜெயமேரி. அந்தக் கல்லறைக்கு உள்ளயே போக முடியாது. போனா நம்மையும் சேத்து வெட்டிப் பொணமாக்கிடுவாங்க அந்த உயர் சாதிக்காரங்க.”

“ஐயோ முடியாதா... எங்கையா ஆசய நிறைவேத்தவே முடியாதா?” என்று ஜெயமேரி நம்பிக்கையிழந்து மறுபடியும் ஒப்பாரி வைக்க ஆரம்பித்து விட்டாள்.”

அப்பொழுது-

செல்வத்தின் மனதில் ஒரு திட்டம் உதயமானது.

ஜெயமேரியை நம்பிக்கையுடன் பார்த்தான்.

“ஜெயமேரி... ஏன் அழுகிற? உங்கையாவை மேல் சாதிக்காரங்க கல்லறயிலதான பொதைக்கணும்?”

“ஆமா.”

“சரி வீட்டுக்குப் போ. நானு வாரேன்.”

“என்ன சொல்றீங்க?”

“எம்மேல நம்பிக்கை இருக்கா?”

“இல்லாமலா உங்களத் தேடிக்கிட்டு வருவேன்?”

“அப்ப ஏன் எதுக்குன்னு கேக்காம வீட்டுக்குப் போ. மனசத் தைரியமா வச்சிக்கோ. எல்லாத்தையும் நானு பாத்துக்கிறேன்.”

ஜெயமேரி வீட்டிற்குப் புறப்பட்டாள்.

குரூசைத் தேடிச் சென்றான் செல்வம்.

சேரித் தெருவே அந்த நேரத்தில் சவரியின் வீட்டைப் பார்த்துக் கொண்டிருந்தது.

முத்து வீட்டுத் திண்ணையில் அமர்ந்திருந்தான். ஜெயமேரி வருவாள். மன்னிப்புக் கேட்பாள். புதைப்பதற்கு வேண்டிய எல்லாவற்றையும் உடனே செய்ய வேண்டும் என்று அவளது வருகைக்காகக் காத்திருந்தான்.

அந்தச் சேரியே, ஜெயமேரி முத்துவிடம் வருவதற்காகக் காத்திருந்தது. சவரியின் முகத்தை இறுதியாகக் காணக் காத்திருந்தது.

ஜெயமேரியோ செல்வத்தின் வருகைக்காகக் காத்துக் கொண்டிருந்தாள்.

நேரம் சென்றுகொண்டே இருந்தது. மக்களின் எதிர்பார்ப்பும் அதிகரித்துக்கொண்டே இருந்தது. அப்பொழுது-

செல்வமும் குருசும் ஒருசில கம்புகளைத் தூக்கிக் கொண்டு சவரியின் வீட்டை நோக்கிச் சென்றனர். அங்கே சென்றதும் அக்கம்புகளைக் கீழே போட்டு அவைகளைக் கொண்டு பாடை போலக் கட்ட ஆரம்பித்தனர். ஊரே அவர்களை வியப்புடன் பார்த்தது.

முத்துவின் முகத்தில் உள்ள ஒவ்வொரு நரம்பும் கோபத்தில் புடைத்து எழுந்தது. முகம் சிவக்க வெறியோடு அவர்களைப் பார்த்தான்.

மிக்கேலும் அங்கே வந்தான். அதிர்ச்சி அடைந்தான். அவனது பார்வையில் தீப்பொறி பறந்தது. செய்வது அறியாது திகைத்து நின்றான்.

செல்வமும், குருசும் அந்தக் கம்புகளைக் கொண்டு ஒரு பாடை போலக் கட்டி முடித்தனர்.

பின்பு வீட்டிற்குள் சென்று சவரியின் உடலை வெளியே தூக்கி வந்து அதைக் குளிப்பாட்டினர்.

வேட்டி சட்டையை மாற்றி அவனது உடலைப் பாடையில் கிடத்தினர்.

வீட்டிற்குள் சென்று அங்கே கிடந்த விறகுக் கட்டைகள் அனைத்தையும் எடுத்தனர்.

அக்கட்டைகளையும் அந்தப் பாடையோடு சேர்த்து வைத்துக் கட்டினர்.

பின்பு பாடையைத் தூக்கித் தோள்மேல் வைத்துக் கொண்டு காட்டுப்பாதை வழியாகக் காட்டாற்றை நோக்கி நடந்தனர்.

ஜெயமேரி அவர்கள் தூக்கிக்கொண்டு செல்வதையே பார்த்தாள். அவளது கண்கள் -

கண்ணீர் சிந்தவில்லை.

ஊரே வாயில் கை வைத்தபடி வைத்த கண் வாங்காமல் அவர்களை வியப்புடன் பார்த்தது.

ஆனால், அவர்கள் அறியா வண்ணம் அவர்களைப் பின் தொடர்ந்தான், உயர் சாதியினர் நியமித்த ஆள் ஒருவன்.

10

காட்டாறு வழியாக அது ஆரம்பமாகும் மலையடிவாரத்தை நோக்கிப் பாடையைத் தூக்கியபடி சென்றனர் செல்வமும் குரூசும்.

அந்தக் கனமான உடலைத் தூக்கிக்கொண்டு மணலில் நடந்து செல்வது மிகவும் கஷ்டமாக இருந்தது.

குரூசுக்கு ஒன்றுமே புரியவில்லை. செல்வம் செய்வது அனைத்தும் புதிராக இருந்தது.

"டேய்... தூக்கிக்கிட்டு. எங்கேடா போறோம்?"

"பேசாம வா."

மலையடிவாரத்தை அடைந்ததும் அந்த ஆற்று மணலில் பாடையை இறக்கி வைத்தார்கள்.

வலித்த தோள்களை நன்றாகத் தேய்த்தான் செல்வம் சிறிது நேரம் ஓய்வெடுத்தபின் பாடையில் இருந்த விறகை எடுத்து மணலில் அடுக்க ஆரம்பித்தான்.

"குரூஸ் உடலைப் பிடி..."

"டேய்... என்னடா செய்யப்போற? எரிக்கப் போறயா?"

"ஆமா."

"டேய்... நீ அந்த ஜெயமேரிட்ட என்னடா சொன்ன? உடல உயர்ந்த சாதிக்காரங்க கல்லறயில, மேரி கல்லறைக்கும் பக்கத்துல பொதைப்பேன்னு சொன்னயில"

"ஆமா... சொன்னேன்."

"ஆனா, அங்க சொன்னது ஒண்ணு. இப்ப செய்யப் போறது ஒண்ணு. நீ ஒரு தொட நடுங்கிடா."

"டேய்... நானு சொல்லப் போறதக் கேளு".

"போடா போ... என்னமோ சொல்லப் போறானாம். நாங்கூட எரிக்கிறது மாதிரி இங்க தூக்கிக்கிட்டு வந்துட்டு பிறகு நடுச்சாமத்தில மறுபடி தூக்கிக்கிட்டுப் போயி உசந்த சாதிக்காரங்க கல்லறயில

பொதைப்பன்னு நெனச்சேன். நீ இப்படிச் செய்வேன்னு மொதல்லயே தெரிஞ்சிருந்தா உங்கூட வந்திருக்கவே மாட்டேன்.”

“டேய் எதுக்குடா கத்துற... உங்கிட்ட நானு சவரிய அங்க பொதைக்க மாட்டேன்னா சொன்னேன்?”

“இல்ல.”

“பிறகு ஏண்டா கத்துற. சொன்னதச் செய். பிறகு கடைசில பாரு.”

“கடைசில பாக்கலாம்... கடைசியில,” முனங்கிக் கொண்டே செல்வத்திற்கு உதவ ஆரம்பித்தான் குரூஸ்.

இருவரும் சேர்ந்து சவரியின் உடலைத் தூக்கிச் சிதையில் கிடத்தினார்கள். பிறகு உடலுக்கு மேலேயும் விறகு வைத்து அடுக்கினார்கள்.

இருள் மெதுவாகப் பரவ ஆரம்பித்தது. அவசர அவசரமாகச் செயலில் ஈடுபட்டார்கள் இருவரும்.

விறகை அடுக்கி முடிந்ததும் மிகவும் கஷ்டப்பட்டுத் தீ வைத்தார்கள்.

தீ மெதுவாகச் சுடர்விட்டு எரிய ஆரம்பித்தது. அந்தத் தீயில் சவரியின் உடலும் வெந்து கருக ஆரம்பித்தது.

ஒரே நாற்றம். பழக்கம் இல்லாத அவர்களுக்கு அதைத் தாங்க முடியவில்லை. அந்த நாற்றம் மூக்கின் வழியாக உள்ளே செல்ல, வயிறு கலங்கி, குடல் வெளியே வந்து விடுவதுபோல வாந்தி எடுத்தார்கள்.

நாற்றத்தைத் தடுப்பது எப்படி?

இருவரும் போட்டிருந்த சட்டையைக் கழற்றினார்கள். மூக்கில் அந்த நாற்றம் புகாவண்ணம் வாயோடு சேர்த்துக் கட்டிக் கொண்டு தொடர்ந்து எரித்தார்கள்.

சவரியின் உடல் எரிந்து கருக ஆரம்பித்தது. எரிய எரிய நரம்புகள் முறுக்கேறி விறைத்துப் புடைத்தன. திடீரென்று,

சவரியே எழுவதுபோல ஒரு தோற்றம்!

பயந்து நடுங்கி ஓட ஆரம்பித்தார்கள்.

ஆனால் கடமை உந்தித் தள்ள நடுங்கிக்கொண்டே அருகில் சென்று, உடலைக் கம்பால் அமுக்கிப் பிடித்துக் கொண்டு நெருப்புக் கட்டைகளை மேலே எடுத்துப் போட்டார்கள்.

சில மணி நேரம் போராடி உடலை முழுவதும் எரித்து முடித்தார்கள். பிறகு - சிறிது தள்ளிச் சென்று அப்படியே அந்த மணலில் களைத்துப்போய்ப் படுத்து விட்டார்கள். அதுவரை மறைந்திருந்த அந்த உயர் சாதியினர்களின் ஒற்றன் இனி கவனிப்பதற்கு ஒன்றும் இல்லை என்று நினைத்து அங்கிருந்து மறைந்தபடியே சென்றுவிட்டான்.

நேரம் நள்ளிரவை எட்டிக் கொண்டிருந்தது.

செல்வம் மெதுவாக எழுந்து பிணத்தை எரித்த இடத்திற்குச் சென்றான். அங்கே - ஒரு பெரிய சாம்பல் குவியல்.

குரூசும் செல்வத்தை நோக்கி எழுந்து வந்தான். பின்பு இருவரும் சேர்ந்து அந்தச் சாம்பலை ஒன்று சேர்த்தனர்.

செல்வம் அனைத்தையும் அள்ளி ஒரு சாக்கில் போட்டுக் கட்டினான். பின்பு அதைத் தூக்கிக்கொண்டு அந்த இருளில் கல்லறையை நோக்கி நடக்க ஆரம்பித்தான்.

கல்லறையை நெருங்கியதும் செல்வம், "குரூஸ், நீ இங்கேயே இரு. நானு வீட்டுக்குப் போய் ஒரு கடப்பாறையும், மண்வெட்டியும் எடுத்துக்கிட்டு வாரேன்" என்றான்.

"இந்தச் சாம்பலத்தான் புதைக்கப் போறியா?''"

"ஆமா."

குரூஸ் பெருமூச்சு விட்டான். பிறகு "ஏண்டா... உங்க வீட்டுல நுழைஞ்சி மண்வெட்டிய எடுத்துக்கிட்டு வர முடியுமா?" என்றான்.

அப்பொழுது தான் நினைத்துப் பார்த்தான் செல்வம். அவனது வீட்டிற்கு எப்படிச் செல்ல முடியும்? வீட்டிற்குள் நுழைய விடமாட்டார்களே! மண்வெட்டிக்கு என்ன செய்வது?

திடீரென்று அவனது உள்ளத்தில் ஒரு எண்ணம் பிறந்தது.

வேகமாக இருளோடு இருளாகக் கலந்து காட்டாற்றுப் பாதை வழியாகச் சேரியை நோக்கிச் சென்றான்.

தெருவை அடைந்ததும் சவரியின் வீட்டிற்குச் சென்றான்.

மெதுவாகக் கதவைத் தட்டினான்.

அடுத்த வினாடியே கதவைத் திறந்தாள் ஜெயமேரி.

"நீ தூங்கலையா?"

"என்னால தூங்க முடியுமா?"

"..."

"நீங்க வருவீங்கன்னு எதிர்பார்த்துக்கிட்டே இருந்தேன்."

"அப்படியா?" வியப்புடன் பார்த்தான் செல்வம்.

"ஆமா... எல்லாத்தையும் முடிச்சிட்டீங்களா?"

நடந்ததைச் சுருக்கமாகச் சொன்ன செல்வம் ஒரு கடப்பாறையும் மண்வெட்டியும் கேட்டான்.

அவனை வியப்போடும் ஏக்கத்தோடும் பார்த்த அவள், அவன் கேட்டவைகளை எடுத்துக் கொடுத்தாள்.

"சரி... வாங்க போகலாம்."

"என்ன...? நீயுமா வாரா?"

"ஆமா."

"வேண்டாம் ஜெயமேரி."

"ஏன்?"

"அது கல்லறை."

"அதனால என்ன?"

"பயமா இருக்கும். இருட்டு வேற."

"நீங்க சும்மா வாங்க. நானு பயப்பட மாட்டேன்."

அவன் மண்வெட்டியைத் தூக்கிக் கொண்டு நடந்தான். கடப்பாறையுடன் புறப்பட்டாள் அவள்.

அந்த இருளில் காட்டில் ஒருவருக்கருகில் ஒருவர்... அமைதியாக நடந்தனர்...

இருவரும் குரூஸ் இருந்த இடத்தை அடைந்தனர்.

ஜெயமேரியைக் கண்டதும் குரூஸ் திடுக்கிட்டான். இந்த நேரத்தில் இவள் ஏன் வரவேண்டும் என்று நினைத்தான்.

ஆனாலும் அதை வெளியே காட்டிக்கொள்ளாமல் மூட்டையைத் தூக்கிக்கொண்டு நடக்க அமைதியாக ஆரம்பித்தான்.

அந்த இருளில் மூவரும் கல்லறையை அடைந்தார்கள். அங்கே - அந்தக் கல்லறையின் இரும்புக் கதவுகள் பூட்டப்பட்டு இருந்தன.

குரூஸ் தான் கொண்டுவந்த மூட்டையைக் கழுத்தளவு உயர்ந்துள்ள அந்தக் கல்லறையின் சுவரின்மேல் வைத்தான்.

பின்பு அதில் ஏறி உள்ளே குதித்தான்.

அவனைத் தொடர்ந்து செல்வம் ஏறினான். சுவரில் உட்கார்ந்து கொண்டு ஜெயமேரிக்குக் கைகொடுத்துத் தூக்கிக் கோட்டைச் சுவற்றில் வைத்தான்.

பின்பு உள் பக்கம் குதித்து, ஜெயமேரியின் இடுப்பில் கை கொடுத்து அப்படியே தூக்கிக் கீழே இறக்கி விட்டான்.

மூவரும் உள்ளே சென்றனர். அவர்களுக்கு மேரியின் கல்லறையைக் கண்டுபிடிக்க அதிக நேரம் பிடிக்கவில்லை.

அக்கல்லறைக்கு முன்னால் மூவரும் நின்றனர். ஒரே அமைதி. மயான அமைதி என்று கூறுவது மிகவும் சரிதான்!

பின்பு குரூஸ் மெதுவாக அக்கல்லறைக்குப் பக்கத்தில் குழிதோண்ட ஆரம்பித்தான்.

ஜெயமேரி அந்த இருளில் அவனைப் பார்த்தாள். பிறகு “குரூஸ், குழி தோண்ட வேண்டாம்” என்றாள்.

“என்ன சொல்லுற?” செல்வம் வியப்புடன் கேட்டாள்.

ஜெயமேரி பதில் ஒன்றும் சொல்லவில்லை. செல்வத்தின் கையில் இருந்த மண்வெட்டியை வாங்கினாள்.

பிறகு மேரியின் கல்லறைக்கு முன்பாக ஒரு நிமிடம் அமைதியாக நின்றாள்.

மறு வினாடி -

அந்தக் கல்லறையைத் தோண்ட ஆரம்பித்தாள்.

செல்வம் அதிர்ச்சியுற்றான். “ஜெயமேரி உனக்குப் பைத்தியமா பிடிச்சிருக்கு. கல்லறயைப் போயி தோண்டுறயே... புதச்சி ரெண்டு நாள்தான் ஆகுது. நாற்றம் எடுக்கும்.”

"இங்க பாருங்க எங்கையாவை இங்கயே... அந்த மேரியோடேயே ஒன்னா... கொஞ்சம் தோண்டி அதுல போட்டு மூடிடுவோம்."

அவளது விருப்பப்படியே மேரியின் கல்லறையைத் தோண்ட ஆரம்பித்தார்கள். மூன்றடி ஆழம் தோண்டியதும் நிறுத்தினார்கள்.

ஜெயமேரி கஷ்டப்பட்டு அந்த மூட்டையைத் தூக்கிக் குழிக்குள் போட்டாள். ஒரு நிமிடம் மௌனமாகச் செபித்தாள். பிறகு மூன்று முறை கையில் மண்ணை அள்ளி உள்ளே போட்டாள்.

குரூஸ் கல்லறையை மறுபடி மூடினான். கல்லறையிலிருந்து எடுத்த சிலுவையையும் அதேயிடத்தில் பதித்தான்.

"ஜெயமேரி எல்லாம் முடிஞ்சிருச்சு. உங்கையா விருப்பத்த நிறைவேற்றியாச்சு. அவரு ஆத்மா சாந்தி அடைஞ்சிறும். வா போவோம்."

அதுவரை சவரி தன்னுடனேயே இருப்பது போன்ற உணர்ச்சியில் இருந்தாள், ஜெயமேரி. இப்பொழுது எல்லாம் முடிந்து விட்டது என்ற நிலை மனதில் தோன்றிய பொழுதுதான் அவனது இழப்பை உணர்ந்தாள்.

அப்பொழுதுதான் தான் ஓர் அனாதை என்ற எண்ணம் அவளது இதயத்தில் எழுந்தது. அதுவரை இருந்த உறுதி, எல்லாம் முடிந்தவுடன் உடைந்து சுக்கு நூறாகியது. சவரியைத் தனது தந்தையாக அப்பொழுதான் பார்த்தாள். அவன் தனக்குச் செய்ய வேண்டிய கடமைகளைச் செய்யவில்லை என்ற உணர்வு அப்பொழுது மெல்ல எழுந்தது. எங்கே போவது? எப்படி வாழ்வது? யார் துணை?

அந்தக் கல்லறையில் விழுந்து அந்த இரவு நேரத்தில் ஒப்பாரி வைக்க ஆரம்பித்துவிட்டாள்.

"ஐயா... உன் ஆத்துமா சாந்தியடைஞ்சிருச்சா... ஆனா எனக்கு என் நிம்மதியெல்லாம் போயிருச்சே... எனக்குச் சாந்தியில்லையே..."

"ஜெயமேரி... என்ன இது... நேரங்கெட்ட நேரத்தில்... சின்னப் பிள்ளையா நீ... வா போகலாம்."

ஜெயமேரி கேட்பதாகத் தெரியவில்லை. அவளது ஒப்பாரி தொடர்ந்தது.

"ஐயா... உம் மேரியப் பத்தி என்னைக்காவது நாலு நல்ல வார்த்த எங்கிட்டச் சொன்னயா? எங்கம்மா மொகம் எம்மனசுல படுறதுக்கு முன்னாடியே போயிட்டாளே? ஐயா, எங்கம்மாவைப் பத்தித் தெரிஞ்சிக்க

விரும்புவேன்னு என்னைக்காவது நெனச்சியா? எங்கம்மா சாகல... நீதான் கொன்னு இருப்ப... உந்தொல்லயப் பொறுக்க மாட்டாமத்தான் அவ காட்டாத்தோட போயிருப்பா. நீ சாந்தியடைஞ்சிட்ட. ஆனா அம்மா சாந்தியடைய மாட்டா... உன்ன மன்னிக்கவே மாட்டா... அம்மா நீ எங்கம்மா இருக்க...?"

"ஜெயமேரி... வா போகலாம்..."

"என்னை ஜெயமேரின்னு கூப்பிடாதிங்க. அந்தப் பேரு அந்த மேரியை நெனச்சி வச்ச பேருதான். எங்கையாவோட அவர் வச்ச அந்தப் பேரும் செத்துப் போயிருச்சி... மேரி செத்துப் போயிட்டா."

"சரி... மேரின்னு கூப்பிடல... வா போகலாம். இனிமே ஜெயான்னே கூப்பிடுறேன்."

"ஐயா... உம் மககிட்டயே உம் மேரியப் பத்திச் சொல்ல எப்பிடி மனசு வந்துச்சி. நீயொரு மனுஷனா... அம்மா... என்ன சின்ன வயசிலயே தனியா விட்டுட்டுப் போயிட்டானே. நானு இப்ப அநாதையாவுல நிக்கேன்... எங்க போவேன்..."

"வா ஜெயமேரி போகலாம். தப்பு... ஜெயா... வா போகலாம்."

"ஐயா... என்ன இப்படித் திடீருன்னு விட்டுட்டுப் போயிட்டியே. உம் மேரியோட போயிட்டியே... நீ நல்லா இருப்பியா... நீ போ... நாசமா போ... ஒழிஞ்சு போ... அவளும் ஒழிஞ்சி போகட்டும்... ரெண்டு பேரும் ஒழிஞ்சி போங்க... போங்க... போங்க..."

ஆவேசம் வந்தவளாகக் கல்லறையை ஓங்கி ஓங்கிக் குத்தினாள்.

"ஜெயா என்ன இது? என்னபேச்சு பேசுற? உனக்கு ஒரு குறையும் வராது... வா போகலாம்..."

குரூஸ் அமைதியாக நின்றான். மறுநாள் நடக்கப் போகும் நிகழ்ச்சிகளைப் பற்றி நினைத்துப் பார்த்தான். மறுநாள் ஊர்க் கூட்டம் கூடும். பெற்றவர்கள் அவனை உதறித் தள்ளிவிடுவார்கள். அவனையும் ஊரைவிட்டு விலக்கி விடுவார்கள். அதன்பின் எங்கே செல்வது? அவன் செல்வதற்கு ஓர் இடம் தேவைப்பட்டது.

திடீரென்று கடப்பாறையைத் தூக்கினான். அரிசனங்கள் கல்லறையையும், உயர் சாதியினரது கல்லறையையும் பிரிக்கும் சுவற்றை அடைந்தான்; வெறி பிடித்தவன் போல படார் படார் என்று இடிக்க ஆரம்பித்தான்.

செல்வம் அங்கே ஓடினான். “டேய்... என்னடா செய்யுறே... நிறுத்துடா... நீ இடிச்சிப் போட்டா மட்டும் ரெண்டு கல்லறையும் ஒண்ணா ஆயிடுமா?”

“செல்வம்... வாடா... நீயும் வந்து இடி... அவளையும் கூப்பிடு. மூணு பேரும் இடிப்போம். டேய், நாளக்கி ஊர்க் கூட்டம் போடுவாங்க. நம்பப் பெத்தவுங்க நம்மளக் கை கழுவிடுவாங்க. நம்ம ஊரைவிட்டு விலக்கிடுவாங்க...எங்கடா போறது? நாம மூணு பேரும் அநாதைங்கடா... இனி போறதுக்கு இடம் இல்லடா... ஆனா நாம இனி போறதுக்கு ஒரு இடம் வேணும்டா... அது போலீஸ்டேஷன் தான்டா... வா... இடி... ஜெயா நீயும் வா... இடி... மூணு பேரும் இடிப்போம். மூணு பேருமே ஒண்ணா ஜெயிலுக்குப் போவோம்.”

அவன் கூறிய சொற்கள் செல்வத்தையும் வெறியனாக்கியது. “நானும் ஒரு அநாதையா?”

வெறி கொண்ட அவனும் கல்லறைச் சுவரை இடிக்க ஆரம்பித்தான்.

மண்ணால் கட்டப்பட்ட அந்தக் கல்லறைச் சுவரானது அந்தக் கம்பியின் குத்துக்குத் தாக்குப்பிடிக்காமல் இடிந்து விழுந்துகொண்டிருந்தது.

11

இடிந்து கிடந்த அந்தக் கல்லறைச் சுவரையே பார்த்துக் கொண்டிருந்தார் சின்னவர்.

அதையே பார்த்த அவரது கண்கள் சிறிது சிறிதாக நிறம் மாறிச் சிவந்தன. முகம் சுருங்கிச் சுருங்கி விரிந்தது. உடல் துடித்தது. உடம்பின் ஒவ்வொரு நரம்பும் விம்மிப் புடைத்தது.

தனது சாதியினரது அந்தஸ்து, மதிப்பு, கௌரவம் அனைத்துமே போனது போல உணர்ந்தார்.

யார் உடைத்திருப்பார்கள்? பற்களை நரநரவென்று கடித்துக் கொண்டே நினைத்துப் பார்த்தார்.

அவனது மனதில் தோன்றியவன் செல்வம் தான்.

அவன் தானே உயர் சாதியினரது கல்லறையில் அரிசனங்கள் ஏன் புதைக்கப்படக் கூடாது என்று ஊர்க் கூட்டத்தில் கேட்டவன்? அவன் தானே ஊர்க் கட்டுப்பாட்டை மீறிச் சவரியைத் தூக்கிக்கொண்டு சென்று எரித்தவன்? அவன் உடைத்திருக்காவிட்டால் வேறு யார் உடைத்திருக்க முடியும்?

அவன்தான் உடைத்திருப்பான் என்று முடிவு கட்டியதும் அவனை உடனே அடித்து நொறுக்க வேண்டும் என்ற வெறி பிறந்தது.

அப்பொழுது அவரது மனதில் வேறு ஓர் எண்ணம் உதித்தது.

செல்வத்தை மட்டும் தண்டித்தால் போதுமா? நாளைக்கு வேறு யாராவது வந்து மற்றச் சுவர்களையும் இடிக்க மாட்டார்கள் என்பது என்ன நிச்சயம்?

இனிமேல் யாரும் அந்தக் கல்லறையைப் பற்றிப் பேசாமல் இருக்க வேண்டும் என்றால் அந்தச் சேரித் தெருவுக்கே ஒரு பாடம் கற்பிக்க வேண்டும் என்று நினைத்தார். சேரித் தெரு முழுவதையும் அடித்து நொறுக்கித் தீ வைத்துக் கொழுத்தி நாசப்படுத்த வேண்டும் என்று முடிவு செய்தார்.

அடியாட்களை அப்பொழுதே திரட்டுவதற்காக அங்கிருந்து வேகமாகப் புறப்பட்டார். அன்று இரவே நினைத்ததைச் சாதித்துவிட வேண்டும் என்ற ஆவேசம் அவருக்கு.

தனது இளந் தொந்தி குலுங்க நடந்த சின்னவரை வழிமறித்தார் பெரியவர்.

"என்ன மச்சான்... எங்க போறீக அவசரமா?"

உயர் சாதிக் கிறிஸ்தவர்களான அந்த இருவரிடமும் தான் அவ்வூரின் பெருவாரியான நிலம் இருந்தது. மற்ற உயர் சாதிக் கிறிஸ்தவர்களிடமும் நிலம் இருந்தாலும் இவர்களோடு ஒப்பிட்டுப் பார்க்கும்பொழுது மிகச் சொற்பமே. அதனால் இருவரில் வயதில் பெரியவருக்கு மரியாதையாக அழைக்கும் வகையில் பெரியவர் என்றும், சிறியவருக்குச் சின்னவர் என்றும் காரணப் பெயர் ஏற்பட்டது.

"என்ன அப்படி நிதானமாகக் கேக்கிறீங்க? கல்லறைச் சுவரை அந்தக் கீழ்ச் சாதிப்பயக இடிச்சிட்டாங்க. அது உங்களுக்குத் தெரியாதா?"

"தெரியும். அதப் பாக்கத்தான் நான் போறேன். நீங்க எங்க அவசரமாப் போறீங்க?"

சின்னவர் பெரியவரிடம் தனது திட்டத்தைக் கூறினார். அமைதியாகக் கேட்டார் பெரியவர்.

பெரியவர், சின்னவரைப் போல எப்பொழுதும் உணர்ச்சி வழி செல்பவரல்ல. காரண காரியங்களை உணர்ந்து, லாப நஷ்டத்தைக் கணக்கிட்டுப் பார்த்துத் தந்திரமாகச் செயல்படுபவர். எனவே அவர் நிதானமாகச் சின்னவரிடம் கேட்டார்.

"ஆமா ஊரோட அந்தச் சேரிப் பயல்களை அடிக்கிறதுனாலே என்ன பிரயோசனம்?"

"என்ன அப்படிக் கேட்டுட்டீங்க? ஊரயே ஒரு கலக்குக் கலக்கிட்டோமுனா அதுக்குப் பிறகு அந்தப் பயக நம்ம கல்லறையப்பத்தி ஏதாவது பேசுவாங்களா?"

"அவுங்க நம்மளை எதுத்துக்கிட்டாங்கன்னா?"

"நம்மளை அவுங்களால எதுக்கவும் முடியுமா?"

"ஏன் முடியாது? போலீசில போயிச் சொன்னாங்கன்னா என்ன செய்யுறது? நம்பளப் பிடிச்சி ஜெயில்ல போட்டுருவாங்க. இந்தக் காலத்துல சட்டமெல்லாம் அவுங்களுக்குச் சாதகமாத்தான இருக்கு."

"அப்ப நாம முந்திக்கிடுவோம். இப்பவே போயி போலீசில சொல்லுவோம். அவுங்களப் பிடிச்சிட்டுப் போகட்டும்."

“ஆமாம். பிறகு...”

“அதுவே ஊருக்குப் பாடந்தானே. நாமளும் இடிச்சா நாமளும் ஜெயிலுக்குப் போவோம்னு தெரிஞ்சிரும். எவன் அதுக்குப் பிறகு கல்லறய உடைப்பான்?”

“சரி... போலீசில் அவனைப் பிடிச்சிக் கொடுக்கிறோம். பிறகு?”

“பிறகென்ன... ரெண்டு மூணு மாசம் கம்பி எண்ணுவான்.”

“பிறகு?”

“என்ன? என்னென்னமோ கேக்குறீங்க?”

“அதனாலதான் கொஞ்சம் சிந்திச்சிச் செய்யணும்னு சொல்றேன். இப்ப அவுங்கள அடிக்கிறதாலயோ, போலீசில சொல்றதாலயோ ஒரு பிரயோசனமுமில்ல. அவுங்க ஒண்ணு சேர்ந்துக்கிட்டாலும் சேர்ந்துக்கிடுவாங்க. அப்படியே நாம தண்டிச்சாலும் கல்லறச் சுவர் வரப் போறதில்லை. நாமதான் செலவு போட்டுக் கட்டணும். அப்படியே கட்டினாலும் அதாவது நிலைச்சிருக்கும்னு சொல்ல முடியாது.”

“அதுக்குன்னு இப்படியே விட்டு விடுறதா?”

“விட்டு விடணும்னு யாரு சொன்னா?”

“நீங்க சொல்றது ஒண்ணுமே புரியல.”

“ஒண்ணும் புரியலையா? செய்றத ஒரு முறையோட செய்யணும்னு சொல்றேன்.”

“அதத்தான் சொல்லுங்க சீக்கிரம்.”

“நாம ரெண்டுபேரும் இப்ப சாமியாருட்டப் போவோம்,”

“சாமியாருட்டயா?”

“ஆமாம்” என்று கூறிய பெரியவர் சின்னவரிடம் தனது திட்டத்தை விவரித்தார்.

அதைக் கேட்ட சின்னவரது முகம் மலர்ந்தது. பெரியவரது திட்டப்படியே நடப்பதாக முடிவு செய்தார்.

அவ்விருவரும் அப்பொழுதே சுவாமியாரை பார்க்கப் புறப்பட்டனர்.

கோபாவேசமாக வந்த அந்த இருவரையும் வியப்புடன் பார்த்தார் பங்குத் தந்தை ஜோசப் சுவாமியார்.

“சாமி அன்னைக்கே நானு சொன்னேன்ல. கல்லற விஷயத்திலே தலையிடாதீங்கன்னு. ஏன் சாமி தலையிட்டீங்க. சாமி, கல்லறச் சுவத்த இடிக்க யாரை அனுப்புனீங்க” என்று கோபத்தில் கத்தினார் சின்னவர்.

“நீங்க என்ன சொல்றீங்க? நீங்க சொல்றது ஒண்ணும் புரியல.”

“அது எப்படி சாமி புரியும்? செய்றது எல்லாம் செஞ்சுட்டு இப்ப ஒண்ணுந் தெரியாதது மாதிரி நடிச்சா நாங்க ஏமாந்துருவோம்னு நெனச்சீங்களா?”

“நெசம்மா எனக்கு ஒண்ணுமே தெரியாது.”

“ஏன் இவருட்ட பேசிக்கிட்டு? நான்தான் அப்பவே சொன்னேன்ல. தனக்கு ஒண்ணுந் தெரியாதது மாதிரி. நடிப்பார்னு. இங்க இருந்து நேரத்த வீணாக்காம உடனே புறப்பட்டுப் போயி நம்ம அடியாளுகளை ஒண்ணு சேர்த்து அந்தச் சேரித் தெருவுக்கு அனுப்புவோம். நம்ம கல்லறய உடைச்ச அந்தப் பயக தெருவையே அடிச்சி நொறுக்கித் தீ வச்சிக் கொளுத்துவோம். பிறகு வந்து இவரைக் கவனிச்சுக்குவோம்” என்று பெரியவர் கைகளைச் சின்னவர் இழுத்தார்.

“இருங்க... இருங்க... என்னென்னமோ சொல்றீங்க. கல்லறைச் சுவரை இடிச்சிட்டாங்களா?”

“ஆமாம்.”

“நிச்சயமா நான் தூண்டி விடல. அன்னைக்கு நீங்க வந்து சொல்லிவிட்டுப் போன பிறகு அதைப்பத்தி நான் பேசவே இல்ல. அவுங்களாத்தான் கல்லறச் சுவர இடிச்சிருக்கணும். ஏதோ தெரியாமச் செஞ்சிருப்பாங்க. அவங்கள மன்னிச்சிடுங்க. அவுங்க குடிசைகளத் தீ வச்சிக் கொளுத்திறாதீங்க.”

இவர்கள் தங்கள் பண பலத்தால் எங்கே அவர்களது குடிசைகளுக்குத் தீ வைத்துவிடுகிறார்களோ, அவர்களுக்குத் துன்பம் விளைவித்து விடுகிறார்களோ, என்று பயந்து அந்த ஏழை அரிசன மக்களைக் காக்கும் வண்ணம் அவர்களுக்காகப் பரிந்து பேசினார் சுவாமியார்.

“முடியாது சாமி... இப்ப இப்படியே விட்டுட்டோம்னா நாளைக்கு எங்க வீடு ஏறி வந்து பொண்ணு கேட்டாலும் கேப்பாங்க.”

“இத இப்படியே விட்டுவிடச் சொல்லல. நீங்க என்னை என்ன செய்யச் சொல்றீங்களோ அதைச் செய்றேன். ஆனா அவுங்க வீடுகள மட்டும் தீவச்சு அழிச்சிறாதீங்க.”

"மச்சான்... சாமியாருதான் இவ்வளவு தூரம் சொல்றாருல... சாமி நமக்குத் தெய்வம் மாதிரி. அவரு சொல்லை இந்த ஒரு தடவ கேப்போம். மன்னிச்சிடுவோமே" என்றார் பெரியவர் சின்னவரிடம்.

"சாமி... நாங்க அவுங்க வீடுகளைத் தீவச்சி அழிக்காம இருக்கணும்னா நீங்க ஊர்க் கூட்டத்தக் கூட்டிக் கல்லறச் சுவத்த யார் இடிச்சாங்கன்னு கேட்டு அவுங்களக் கோயில்ல இருந்து தள்ளி வைக்கணும். பிறகு இடிச்ச சுவத்த அவுங்களே கட்டிக் கொடுக்கணும். இத நீங்க செய்றேன்னு சொல்லல. இன்னைக்கு ராத்திரியே..." என்று இழுத்தார் சின்னவர்.

சுவாமியார் சிந்தித்தார். அந்த ஏழை அரிசன மக்கள் வீடுகளை இழந்து தவிப்பதைவிட இவர்கள் கேட்பதற்குச் சம்மதம் கொடுப்பது தான் சிறந்தது என்று கருதி அப்படியே செய்வதாக உறுதி கொடுத்தார்.

"சாமி... இன்னும் ஒருசில நாளுக்குள்ள இதைச் செய்யல... பிறகு நாங்க மனுஷங்களா நடந்துக்கிட மாட்டோம்" என்று எச்சரித்தார் பெரியவர்.

அவர்களது நயவஞ்சக எண்ணத்தைப் புரிந்துகொள்ளாத சுவாமியார் அப்படியே செய்வதாக வாக்குக் கொடுத்தார்.

தங்கள் திட்டம் நிறைவேறிவிட்ட மகிழ்ச்சியால் வெற்றிப் பெருமிதத்துடன் வீட்டிற்குத் திரும்பினர்.

தான் உயர் சாதியினரது கைப் பொம்மையாக மாறி விட்டதைச் சுவாமியார் அப்பொழுது உணரவில்லை.

12

செல்வமும், குருசும் சவரியின் பிணத்தைத் தூக்கிச் சென்றதைக் கண்ட நாட்டாண்மை முத்து கோபத்தை அடக்க முடியாமல் கத்தினான்.

"பேய் மிக்கேலு, உன் மகன் செய்கிற வேலயப் பாத்தியா? இதுக்கு என்னடா சொல்லுற? இதுக்குப் பிறகும் அவன வீட்டுல சேக்கப் போறியா? அவன வீட்டுல சேத்த உங் குடும்பத்த ஊருல இருந்து விலக்கிடுவோம். என்னடா சொல்லுற?"

அந்த அரிசனங்களுக்கு நாட்டாண்மையாக இருக்க ஆசைப் பட்டவன் மிக்கேல்.

அவன் மகன் செல்வம் சுவாமியாராகச் சென்றதால் தெருவில் அவனுக்கு அதிகச் செல்வாக்கு இருந்தது.

தன்னைத்தான் நாட்டாண்மையாகச் சுவாமியார் நியமிப்பார் என அவன் எதிர்பார்த்தான்.

ஆனால் சுவாமியார் முத்துவை நியமித்தது அவனுக்குப் பெரிய ஏமாற்றமே!

இருப்பினும் அடுத்துத் தனக்குத்தான் வாய்ப்பு உண்டு என்று எண்ணி மனப்பால் குடித்து வந்தவன் மிக்கேல்.

அந்த எண்ணம், செல்வம் சுவாமியாராகப் போகாமல் திரும்பி வந்ததால் சின்னாபின்னமாகியது.

செவ்வம் திரும்பி வந்ததால் தனது செல்வாக்கு பெரிதும் குறைந்து விட்டதாக உணர்ந்தான்.

இப்பொழுது செல்வத்தின் இச்செயலால் தனது செல்வாக்கு முழுவதுமே போய்விட்டது போல உணர்ந்தான்.

அதனால் செல்வத்தின் மேல் வெறுப்பு வளர்ந்தது. அவனை மிக்கேல் வீட்டில் ஏற்றுக்கொள்ளத் தயாராக இல்லை.

"முத்து, இனி அவன் எம் மகனில்ல. இனி அவன் வீட்டுக்குள்ள நுழைஞ்சான், முதுகுத் தோல உரிச்சிட்டுத் தான் மறுவேலை பார்ப்பேன்" என்றான் மிக்கேல்.

★★★

வீட்டிற்குச் சென்ற செல்வம், தன் தந்தை தன்னை விறகுக் கட்டையால் அடித்து விரட்டுவார் எனச் சிறிதும் எதிர்பார்க்கவில்லை.

முதுகில் நல்ல வலி. விறகுக் கட்டையின் அடியைத் தாங்கும் உடலா அது? வலியுடன் வீட்டை விட்டுப் புறப்பட்டான்.

முதுகிலிருந்து இரத்தம் வழிந்தது. முதுகையும் சட்டையையும் ஒட்டிப் பிடித்துக் கொண்டிருந்தது. விறகின் ஒருசில சிராம்புகள் குத்தியதால் ஏற்பட்ட விளைவு அது. அடிபட்ட மற்ற இடங்களில் தோல் கன்றிப் போய்ப் புடைத்து வீங்கியிருந்தது.

செல்வத்திற்கு நல்ல பசி வேறு. முதல் நாள் காலையில் சிறிது சாப்பிட்டதுதான். அதன்பின் சாப்பிடவே இல்லை. மத்தியானம் சுவரிக்கு மருந்து வாங்கச் சென்றதால் சாப்பிடவில்லை. அதன்பின் தொடர்ந்து வேலை செய்ததால் பசியைப்பற்றி நினைக்கவே நேரமில்லை. எல்லா வேலையையும் முடித்துவிட்ட அந்தக் காலை நேரத்தில் பசி வயிற்றைக் கிள்ளியது. பசியாற வந்தவனுக்குக் கிடைத்ததோ விறகுக் கட்டை அடி...

உடல் வலி, பசி, தூக்கமின்மை - அனைத்தும் ஒன்று சேர்ந்து அவனை என்னமோ செய்தது.

சோர்ந்து போன அவன் மிகவும் கஷ்டப்பட்டு நடந்து தெருவைக் கடந்தான். எங்கே செல்கிறோம் என்ற நினைவே இல்லாமல் வயலில் இறங்கி நடந்தான்.

இரவில் பிணத்தை எரிக்கும் பொழுது எழுந்த வாடையைச் சுவாசித்ததாலும் தூங்காததாலும் அவனது தலை விண் விண் என்று தெரித்தது.

தலையை நன்கு அழுத்தித் தேய்த்தான். பயனில்லை. தலைவலி அதிகரிப்பதாகத் தெரிந்ததே தவிர குறையவில்லை. தலைவலியோடு லேசாகக் குளிரவும் ஆரம்பித்தது. குளிர் காய்ச்சல் வந்துவிடும் போலிருந்தது.

அப்படியே வெயிலில் அந்த வயலில் அமர்ந்தான். அப்படி உட்கார்ந்திருப்பது உடலுக்கு இதமாக சுகமாக இருந்தது.

அப்படியே படுத்து உறங்க வேண்டும்போல் இருந்தது. வெயிலில் படுத்தால் காய்ச்சல் வந்துவிடும் என்று எண்ணிய அவன் எழுந்து, அருகில் இருந்த மரத்து நிழலுக்குச் சென்று அமர்ந்தான்.

அவனுக்கு எங்கு செல்வதென்றே தெரியவில்லை. முதலில் போலீஸ் ஸ்டேசனுக்குச் சென்று "நான்தான் கல்லறையை இடித்தேன்" என்று கூறுவதாக இருந்த குரூஸ் கூட, விடிந்ததும் தனது திட்டத்தை மாற்றிக் கொண்டு ஐந்து கிலோ மீட்டர் தூரத்தில் உள்ள சித்தி வீட்டிற்குச் செல்வதாகக் கூறிச் சென்றுவிட்டான். அவனைப் பொறுத்த அளவில் பிரச்சனை இல்லை.

ஆனால் செல்வத்தால் அதுபோல எங்கும் செல்ல முடியவில்லை. அனைத்து உறவினர்களும் புதுக்குடியில் தான் இருந்தார்கள். அவர்கள் வீடுகளில் தங்க முடியாது. வேறு எங்கு செல்வது?

இங்கேயே எங்காவது தங்கி வேலை செய்யலாம் என்றாலும் என்ன வேலை செய்வது? யார் வேலை கொடுப்பார்கள்? தனியாக மலைக்கு விறகுக்குச் செல்வதற்கும் அவனுக்குச் சக்தி இல்லை. அப்படியே துணிந்து சென்றாலும் அங்கே மலையில் பாதை தெரியாது. பாதை தெரியாமல் கொடிய மிருகங்களிடம் சிக்கிக் கொண்டால்...?

இவை தவிர ஊரைப் பற்றி நினைத்தும் பயந்தான். கல்லறை இடிக்கப்பட்டதால் போலீசில் புகார் கொடுக்க, அவர்கள் வந்து பிடித்துக்கொண்டு சென்றால் என்ன செய்வது?

அங்கே இருந்த சூழ்நிலையில் போலீசார் பிடித்துக் கொண்டு சென்றாலாவது அங்கே சிறையில் இருக்க இடமும், சிறிது உணவும் கிடைக்கும் என நம்பினான்.

எனவே, அவன் எங்கும் செல்ல விரும்பவில்லை. அங்கேயே மரத்தடியிலேயே தங்கி போலீசாரிடம் பிடிபட விரும்பினான். எனவே அங்கேயே படுத்து விட்டான்.

அவனுக்கிருந்த களைப்பு, பசி, தூக்கமின்மை அனைத்தும் ஒன்றுசேர, படுத்த சில வினாடிகளிலேயே நன்கு உறங்கிவிட்டான்.

நேரம் சென்று கொண்டே இருந்தது.

பகலும் முடிந்து மாலை வந்துவிட்டது.

கண் விழித்தான் செல்வம். நேரமாகி விட்டதை எண்ணி வியந்தான்.

போலீஸார் தன்னை இன்னும் தேடி வந்து பிடித்துக் கொண்டு செல்லாமல் இருப்பதைக் கண்டு வியந்தான்.

இனி எங்கே செல்வது? அவ்விடத்திலும் இனிமேல் தங்க முடியாதே?

எழுந்து சிறிது உட்காரலாம் என நினைத்தான். முடியவில்லை. எழுவதற்குச் சக்தியே இல்லை. கண்கள் எரிந்தன. உடல் லேசாக நடுங்கியது. வாயில் உப்புத் தண்ணீர் ஊறியது.

காய்ச்சல் வந்துவிட்டதை உணர்ந்தான். இனி மேலும் அங்கு இருப்பது நல்லதல்ல என்று எண்ணிய அவன் பக்கத்து ஊரில் உள்ள அரசு மருத்துவமனைக்குச் சென்று அங்கே தங்கலாம் என்று முடிவு செய்தான்.

கண்களை மூடிக் கடவுளை நோக்கி இதயத்தை ஒரு நிமிடம் எழுப்பினான். தன்னைக் காக்கும்படி மன்றாடினான்.

தனது சக்தி எல்லாம் கூட்டி எழுந்து நின்றான். கால்கள் தள்ளாடின. அப்படியே மரத்தைப் பிடித்துக் கொண்டான்.

பிறகு பிடியைத் தளர்த்தி மெதுவாக, மிக மிக மெதுவாக, நிதானமாக, வயல் வரப்பு வழியாகப் பக்கத்து ஊரை நோக்கி நடக்க ஆரம்பித்தான்.

இருள் மெதுவாகப் படர ஆரம்பித்தது.

அவனால் நடக்க முடியவில்லை.

கால்கள் நடுங்கின; தள்ளாடின.

தலை சுற்றியது.

முயற்சி செய்து நடந்து பார்த்தான்.

ஊஹூம்... முடியவில்லை.

மயக்கம் வருவதுபோல ஒரு உணர்ச்சி.

அப்படியே அந்த வரப்பில் உட்கார்ந்தான்.

ஏதோ ஓர் உணர்ச்சி உச்சந் தலையில் புறப்பட்டு, அப்படியே உடல் முழுவதும் பரவுவது போல ஒரு அனுபவம்.

அடுத்த வினாடி...

அப்படியே மயங்கி அந்த வரப்பில் விழுந்தான்.

அநாதையாக அங்கேயே கிடந்தான்.

13

யார் கண்ணிலும் படாமல் அதிகாலையில் வீட்டிற்கு வந்து சேர்ந்த ஜெயா களைப்பால் அப்படியே படுத்துவிட்டாள்.

ஆனால், உறக்கம்தான் வரவில்லை. எப்படி வரும்? தந்தையை இழந்த வேதனை; அவனை இழந்ததால் இதயத்தில் புதைந்து கிடந்த தாய்ப் பாசம் விழித்துக்கொண்ட வேதனை; தான் ஓர் அனாதை என்பதை நினைத்து வேதனை; இனி என்ன செய்வது? எப்படி வாழ்வது? என்பதை நினைத்து வேதனை. சுவரை இடித்ததால் இனி வரப்போகும் பிரச்சனையைப் பற்றிய வேதனை; உதவி செய்த செல்வத்திற்கும், குருசுக்கும் இனி என்ன துன்பம் வரப் போகிறதோ என்பதை நினைத்து வேதனை -

அனைத்து வேதனைகளும் ஒன்று சேரத் தூக்கமில்லாமல் தவித்தாள்.

செல்வத்தைப் பற்றி நினைத்த அவளது நெஞ்சம் அந்த நினைவிலேயே இருக்க ஆசைப்பட்டது.

செல்வத்திற்கு என்ன நேர்ந்ததோ? வீட்டிலிருந்து விரட்டியிருப்பார்களோ? நான் வீட்டிற்குக் கூப்பிட்ட பொழுது வராத அவர் இனி எங்கே செல்வார்? எனக்காவது தலை சாய்க்க இடம் இருக்கிறது. ஐயா சேர்த்து வைத்த பணத்தில் ஒரு சில மாதங்களைச் செலவிடலாம். அவருக்கு ஒன்றுமே இல்லையே! எங்கே போவார்? சாப்பிட என்ன செய்வார்?

நினைக்க நினைக்க அவளது வேதனை அதிகரித்தது. அவளது எண்ணங்கள் செல்வத்தைச் சுற்றியே வந்தன. ஜெயாவுக்கு அவளது வேதனைகளைவிட செல்வத்தின் வேதனையே பெரிதாகத் தெரிந்தது. ஏன் அப்படித் தெரிகின்றது என்று தன்னையே கேட்டுப் பார்த்தாள். ஏதோ புரிவது போலவும் இருந்தது. புரியாதது போலவும் இருந்தது.

அவனைப் பற்றி எவ்வளவு நேரம் நினைத்தாள் என்று அவளுக்கே நினைவில்லை. நினைவே அவனாக இருக்கும் பொழுது நேரத்தையா கணக்கிடுவாள்? அவனது நினைவில் படுத்திருந்த அவள் களைப்பால், சோர்வால் கண்களை மூடினாள். அப்படியே தூங்கிவிட்டாள்.

அசந்து தூங்கிய அவள் கண் விழித்த பொழுது லேசாக இருட்டி இருப்பது தெரிந்தது.

மாலை வரை தூங்கியிருப்பதைக் கண்டு தன்னையே நொந்து கொண்டாள்.

அவளுக்கு வயிறு பசித்தது. முதல் நாள் காலையில் சாப்பிட்டது தானே! ஏதாவது இருக்குமா என்று பானையைத் திறந்து பார்த்தாள்.

ஊகும்... ஒன்றுமில்லை...

சமைக்கலாம் என்று பானையை அடுப்பில் வைத்து, தண்ணீருக்காகக் குடத்தைப் பார்த்தாள். ஊகும்... ஒரு சொட்டுத் தண்ணீர்கூட இல்லை.

வெளியே மெல்ல இருட்ட ஆரம்பித்தது. இருட்டுவதற்குள் தண்ணீர் எடுத்துக்கொண்டு வரலாம் என்று வயலில் இருந்த அந்தக் கிணற்றை நோக்கி நடந்தாள். ஊர்க் கிணற்றில்தான் தண்ணீர் எடுக்கக் கூடாதே!

வயலின் வரப்பு வழியாக நடந்து சென்ற அவள் திடீரென்று நின்றாள். அங்கே -

யாரோ வரப்பில் பிணம் போலக் கிடப்பது தெரிந்தது. இந்நேரத்தில் இந்த நிலையில் யார் இங்கு கிடப்பது என்று குனிந்து பார்த்தாள்.

பார்த்த அவளது இதயம் திடீரென்று ஏற்பட்ட அதிர்ச்சியால் செயலற்று நின்று மீண்டும் வேகமாக ஓடியது.

"ஐயோ... உங்களுக்காக இக்கதி..." வாய்விட்டு அலறிவிட்டாள் அவள்.

பதைபதைக்கும் இதயத்தோடு செல்வத்தைத் தொட்டாள். மூச்சு இருப்பது தெரிந்தது. உடல் சுட்டது. தொட்டு எழுப்பினாள். முடியவில்லை.

அங்கேயே குடத்தைப் போட்டுவிட்டு வாளியுடன் கிணற்றுக்கு ஓடித் தண்ணீருடன் திரும்பி வந்து அவனது முகத்தில் தெளித்தாள். அவன் மெல்லக் கண் விழித்தான்.

விழித்த அவனது கண்கள் ஜெயாவைக் கண்டு வியப்பில் விரிந்தன. தட்டுத்தடுமாறி எழுந்து அமர்ந்தான்.

"ஜெயா... பசிக்கிது ஜெயா..."

"ஐயோ... பசிக்குதா... வீட்டுக்கு வாங்க. சமைச்சுத் தாரேன்."
அவளது இதயம் இளகி, உருகி, பாகாகி வார்த்தையாக வெளிப்பட்டது.

"வீட்டுக்கா... வேண்டாம் ஜெயா... ஊர் ஒரு மாதிரிப் பேசும்."

"ஊரு பேசுனா பேசட்டும். காய்ச்சல் கொதிக்குது. எங்க போவீங்க... வாங்க போகலாம்."

"ஜெயா, சாப்பிட மட்டும் ஏதாவது கொடு. சாப்பிட்டா கொஞ்சம் தெம்பு வந்துடும். நானு இப்படியே ஆஸ்பத்திரிக்குப் போயிருவேன்."

"நாளக்கி ஆஸ்பத்திரிக்குப் போகலாம். இப்ப மொதல்ல வீட்டுக்கு வாங்க..."

"வேண்டாம் ஜெயா..."

"வாங்கன்னா வரணும். இப்பவே நல்லா இருட்டிருச்சி. இப்ப வந்தீங்கன்னா நீங்க வீட்டுக்கு வர்றது யாருக்கும் தெரியாது. சும்மா வாங்க."

அவன் எழுந்தான்.

"இருங்க... ஒரு நிமுசத்துல தண்ணி எடுத்துக்கிட்டு வாறேன். வீட்டுல மருந்துக்குக் கூட ஒரு சொட்டுத் தண்ணி இல்ல."

ஜெயா பானையை எடுத்துக்கொண்டு தண்ணீர் எடுக்க விரைந்தாள். நன்கு இருட்டி விட்டது. ஜெயா விரைவாகவே தண்ணீர்ப் பானையுடன் திரும்பினாள்.

"வாங்க... மழை வர்றாப்பில இருக்கு. ஏற்கனவே காச்சலு வேற. நனயக்கூடாது. எழுந்து வேகமா நடங்க..."

செல்வம் எழுந்தான். கால்கள் தள்ளாடின. ஒரு சில வினாடிகள் நின்று தன்னை உறுதிப்படுத்திக் கொண்டு மெதுவாக நடந்தான். அப்பொழுது-

முத்துப்போல் ஒரு மழைத்துளி பொட்டென்று ஜெயாவின் மூக்கில் விழுந்து தெரித்தது.

"ஐயோ... மழை வந்திருச்சே... நனயக் கூடாதே... வேகமாக நடங்களேன்."

"முடியலையே ஜெயா."

ஒவ்வொரு சொட்டாக விழுந்த மழைத் துளி தூரலாக விழுந்து சாரலாக மாறியது.

"நல்லா மழை பிடிச்சிரும் போலயே. நனஞ்சிட்டீங்கன்னா... வேகமா நடங்க."

"ஜெயா... இதுக்கு மேல வேகமாவா...? ஊகும்..."

"சரி கிட்டத்துல வாங்க. என்னப் பிடிச்சிக்கிட்டே வேகமா நடங்க."

இடது பக்கத்துல குடத்தை வைத்திருந்த ஜெயா அவனது இடப்புறம் சென்று, அவனது இடக் கையை எடுத்துத் தனது கழுத்தில் போட்டுக்கொண்டு நடக்கச் செய்தாள்.

"காய்ச்சலு எப்படி கொதிக்குது. ஜன்னி கின்னி வந்து தொலயப் போகுது. வேகமா நடங்க."

கழுத்தில் கிடந்த அவனது உஷ்ணக் கை அவளது இதயத்தில் பல எண்ணங்களை எழுப்பியது. இதேபோல வாழ்நாள் முழுவதும் ஒருத்தருக்கு ஒருத்தர் துணையாக இருக்கக் கொடுத்து வைக்குமா?

உணர்ச்சி உந்தித் தள்ள ஆசையுடன், ஆவலுடன் அவனது கைகளைத் தொட்டுத் தடவினாள். அவளது இதயத்தில் ஆழத்திலிருந்து ஒரு பெருமூச்சு.

"என்ன ஜெயா?"

"மழை பெருசா வந்திரும் போல இருக்கு. வேகமாக நடங்களேன்."

உணர்ச்சியை அவளாலே கட்டுப்படுத்த முடியவில்லை. தனது விரல்களால் அவனது முகத்தை ஆசையாக, அன்பாக, இதமாகத் தொட்டாள். அவளது நாசி உஷ்ணக் காற்றை வெளியிட்டது.

"ஜெயா..."

"ஐயோ தலை பூராம், முகம் பூராம் நனைஞ்சிருச்சே..." தனது சேலை முந்தானையை எடுத்து அப்படியே அவனது தலைமேல் போட்டாள்."

"ஜெயா... ஜெயா... வேண்டாம் ஜெயா..." அந்த இருளில், அந்தக் குளிரில், அந்த மழையில், காய்ச்சலால், பசியால், உடல் வேதனையால் வாடிய அவனது இதயமும் உணர்ச்சியால் விம்மித் துடித்தது.

"ஐயோ... பேசாம வாங்களேன்."

உணர்ச்சி மழையில் அந்த இரண்டு இதயங்களும் நனைந்த அதே நேரத்தில் மழை அவர்களை நனைத்தது. இருவரும் அதே நிலையில் மழையில் நடந்துகொண்டு தெருவை அடைந்தனர்.

மழை பெய்து கொண்டிருந்ததால் தெருவில் ஒருவரும் இல்லை. அவசரமாக வீட்டிற்குள் நுழைந்தனர்.

செல்வத்தைக் கீழே பாயில் உட்கார வைத்த ஜெயா தனது தந்தையின் துண்டை எடுத்து அவனுக்கு முன்பாக முழந்தாளிட்டு அவனது தலையைத் துவட்ட ஆரம்பித்தாள்.

பிறகு, அவளது தந்தையின் உடைகளைக் கொடுத்து அவனை அதைக் கட்டிக்கொள்ளச் செய்து அப்படியே பாயில் படுக்க வைத்தாள்.

பிறகு அவசர அவசரமாக அடுப்பில் பானையை வைத்துக் கஞ்சி காய்ச்ச ஆரம்பித்தாள்.

ஏற்கனவே சோர்ந்து போயிருந்த செல்வம் மழையில் நனைந்ததாலும், நடந்ததாலும் மிகவும் சோர்ந்து காணப்பட்டான். ஆனால்-

அவனது இதயமோ இனம் புரியாத மகிழ்ச்சியால் நிறைந்திருந்தது.

ஜெயா அவனுக்குப் பக்கத்தில் சென்று அமர்ந்தாள்.

செல்வம் நடுங்கும் கரங்களால் அவளது கரங்களை எடுத்தான். அதைத் தன் நெஞ்சோடு சேர்த்து வைத்துக் கொண்டான்.

"ஜெயா... நீ வராம இருந்திருந்தா நானு அங்கேயே கெடந்து இன்னேரம் செத்திருப்பேன்."

"என்னால தான் உங்களுக்கு இந்த வேதன?"

"இல்ல ஜெயா. உண்மையான கிறிஸ்துவனா வாழணும்னு நெனச்சதுக்குக் கிடச்ச பரிசு, ஜெயா. நீ என்னக் காப்பாத்திட்ட, ஜெயா. நானு நல்லாயிருவேன்னு எனக்கே மனசுல படுது. ரொம்ப நன்றி ஜெயா."

"எனக்கு ஏன் நன்றி சொல்றீங்க."

"என்ன ஜெயா சொல்ற?"

"நானு என்ன, பாதயில போற யாரோ ஒருத்தியா? உங்களுக்குச் செய்றது என் கடம."

அவனிடமிருந்து தனது கரங்களை விடுவித்துக் கொண்ட ஜெயா, அடுப்புக்குச் சென்று சோற்றைப் பதம் பார்த்தாள்.

நன்கு வெந்து விட்டதை அறிந்து மெதுவாக அடுப்பிலிருந்து இறக்கி, ஒரு தட்டில் வடி தண்ணீரோடு சோற்றையும் போட்டுக் கஞ்சியாக எடுத்து வந்து அவனுக்குக் கொடுத்தாள்.

செல்வம் எழுந்து உட்கார்ந்து அந்தக் கஞ்சியை ஆவலோடு குடித்தான். ஜெயா அவனையே பார்த்தாள்.

அவன் உண்டு முடிக்கவும் அதே தட்டில் சிறிது கஞ்சி ஊற்றி அவளும் குடித்தாள்.

கஞ்சியைக் குடித்த செல்வத்திற்குச் சிறிது பலம் வந்ததுபோல இருந்தது.

"படுத்துக்கோங்க."

அவன் படுத்தான். ஒரு பழைய போர்வையை எடுத்து அவனுக்குப் போர்த்திவிட்டு அவன் பக்கத்தில் அமர்ந்து கொண்டாள் ஜெயா.

"ஜெயா... நீயும் தூங்கு"

"இல்ல,... எனக்கு உங்க பக்கத்துல உட்கார்ந்திருக்கணும் போல இருக்கு."

"உனக்குத் தூக்கம் வரலயா?"

"ஊகும்... நீங்க தூங்குங்க."

"எனக்கும் தூக்கம் வரல."

சிறிது நேரம் இருவருமே அமைதியாக இருந்தனர்.

"ஏதாவது பேசுங்க... நானு கேட்டுக்கிட்டே இருக்கேன்."

"இப்ப எனக்குப் பேச மனமே இல்ல ஜெயா. உன்னைப் பார்த்துக்கிட்டே இருக்கணும்போல இருக்கு."

"........."

"என்ன ஜெயா. பேசாம இருக்க?"

"எனக்கும் அப்படித்தான். உங்களப் பார்த்துக்கிட்டே இருக்கணும் போல இருக்கு."

அவன் ஜெயாவின் வலது கையை எடுத்தான்.

தனது விரல்களோடு அவனது விரல்களையும் சேர்த்துப் பின்னிப் பிணைத்தாள்.

பிறகு அவ்விரல்களை ஒவ்வொன்றாக எடுத்துத் தடவிக் கொடுத்தாள்.

பிறகு அக்கையை அப்படியே தனது முகத்திற்குக் கொண்டு சென்று தனது கன்னங்களோடு ஒன்றாக்கிப் பதியவிட்டாள்.

பிறகு அப்படியே உதட்டருகில் கொண்டு சென்று அக்கரத்தை முத்தங்களால் நிறைத்தான்.

அந்தக் கரங்களிலுள்ள வளையல்கள் குலுங்கின.

உணர்ச்சி வடிவமாக இருந்தாள் ஜெயா. அவளது உதடுகள் துடித்தன.

"நீங்க இனிமே எங்கயுமே போக வேண்டாம்... என் கூடவே தங்குங்க... எங்கூடவே தங்குங்க..."

நெஞ்சு விம்மிப் புடைக்க அவன் நெஞ்சில் தலை வைத்துப் படுத்தாள்.

வெளியே-

அதுவரை தூரலாக இருந்த மழை 'ஓ'வென்று சத்தத்துடன் பலமாகப் பெய்ய ஆரம்பித்தது.

14

அன்று ஞாயிற்றுக்கிழமை. பூசை ஆரம்பிக்கும் நேரம். புதுக்குடியில் உள்ள அந்தக் கோயிலுக்கு மக்கள் வந்து கொண்டிருந்தனர்.

அப்பொழுது -

"டக்... டக்... டக்..."

ஒரு வயதான அரிசனக் கிழவர் கம்பை ஊன்றிக் கொண்டே தள்ளாடித் தள்ளாடிக் கோயிலுக்குள் நுழைந்தார். கம்பைத் தரையில் வைத்துவிட்டு மிகவும் கஷ்டப்பட்டு முழந்தாளிட ஆரம்பித்தார்.

கோயிலில் பக்தியுடன் செபம் செய்துகொண்டிருந்த செல்வம் அக்கிழவரைப் பார்த்தான்.

காய்ச்சலோடு ஜெயாவின் வீட்டிற்குச் சென்ற செல்வம் அங்கேயே மூன்று நாட்கள் தங்கிவிட்டான். தங்க வேண்டும் என்பதற்காகத் தங்கவில்லை. அவன் உடல் குணமடையவில்லை என்பதால் ஜெயா அவனை விடவில்லை. வீட்டிற்கு வெளியே அவனை வரவிடாமல் வீட்டிற்குள் வைத்தே கண்ணும் கருத்துமாய்க் கவனித்தாள். அதனால் சேரிச் சனங்களுக்கு அவன் அங்கேயிருப்பது தெரியாது.

முந்தின நாள் முழுவதும் குணமான செல்வம் அதன் பின்பும் அங்கே இருப்பது நல்லதல்ல என்று எண்ணி ஜெயாவிடம் பிரியா விடை பெற்று அன்று அதிகாலையிலேயே புறப்பட்டுவிட்டான்.

அவனது திட்டம், அவனோடு கல்லூரியில் படித்த அவனது நண்பன் ஒருவன் பக்கத்து ஊர் வங்கியில் வேலை செய்வதால் அங்கே சென்று ஊரில் குழப்பம் தீரும் வரை அங்கு தங்குவது என்பதே.

ஆனால், அன்று ஞாயிற்றுக்கிழமை என்றதால் கோயிலுக்குச் சென்று பூசை கண்டுவிட்டுச் செல்லத் திட்டமிட்டான். ஊரை விட்டுத்தான் அவன் விலக்கப்பட்டானே தவிர திருச்சபையை விட்டு அல்லவே!

ஆனால்...

சின்னவர், பெரியவர் விருப்பப்படி அன்று பூசை முடிந்ததும் உயர் சாதியினர் அரிசனங்கள் சேர்ந்து இணைந்த ஊர்க் கூட்டம்

இருப்பதோ, அதில் கல்லறைச் சுவர் உடைப்புப் பற்றிப் பேசப் போகிறார்கள் என்பதோ செல்வத்திற்குத் தெரியாது.

அந்தக் கிழவரைப் பார்த்த செல்வம் இந்த வயதான காலத்தில் இவர் ஏன் கீழே முழந்தாட்படியிட வேண்டும் என்று எண்ணினான்.

சாதி தனக்கிட்டிருந்த கட்டுப்பாட்டை மீறி அக்கிழவரது கையைப் பிடித்துத் தூக்கினான்.

"தாத்தா... இங்க வாங்க என்று அவரை அழைத்துச் சென்று கோயில் நுழைவாயிலில் போடப்பட்டிருந்த பெஞ்சில் அமர வைத்தான்.

அதை-

உயர் சாதியினர் மட்டுமே அதுவரை பயன்படுத்தி வந்தனர். முழந்தாளிடக் கஷ்டப்படுகிறவர்கள் அமர்வதற்கென்று போடப் பட்டவைதானே அவை. அரிசனங்களும் ஏன் அதை உபயோகிக்கக் கூடாது என்பதுதான் செல்வத்தின் இதயத்தில் எழுந்த கேள்வி.

செல்வத்தின் இச்செய்கையைக் கவனித்தான் முத்து,

பல நாட்களாக ஊரில் தென்படாதவன் அன்று கோயிலில் இருக்கிறானே என்று அவனை அங்கே கண்டதும் வெறுப்புடன் பார்த்தான் முத்து. இப்பொழுது செல்வத்தின் இச்செய்கை அவனது கோபத்தை அதிகரித்தது.

முத்துவின் கைகள் அரித்தன. அப்படியே அறைந்து செல்வத்தை வெளியேற்ற வேண்டும் என்ற உணர்ச்சி ஏற்பட்டது. அப்பொழுது -

கோயிலுக்குள் நுழைந்தார் சின்னவர்.

தான் வழக்கமாக அமரும் இடத்தில் ஒரு அரிசனக் கிழவரைக் கண்டதும் அவரது கண்கள் கோவைப் பழமாயின. பற்களை நறுநறுவென்று கடித்துக்கொண்டே அக் கிழவனிடம் சென்றார்.

"டேய்... கிழட்டுப் பயலே... கீழே போடா... இங்கெல்லாம் உக்காரக் கூடாதுன்னு தெரியுமில. உனக்கு எம்புட்டுத் திமுரு இருந்தா இங்கே உக்காருவே. போடா... போ" என்று கரகரத்த குரலில் அதட்டி அவரைப் பிடித்துக் கீழே தள்ளினார்.

நிலைதடுமாறிக் கீழே விழ இருந்த அவரைத் தாங்கிக் கொண்டான் செல்வம். அதே நிலையில் எரித்துவிடுவது போல சின்னவரைப் பார்த்தான். அவரது கொடுமையை நேருக்கு நேராகக் கண்ட அவன் வெறுப்போடு கூறினான்:

"ஐயா... நீங்களெல்லாம் கிறிஸ்தவுங்க இல்ல. கிறிஸ்துவத்தை அழிக்க வந்தவுங்க... கிறிஸ்துவக் கொன்னாங்களே... அந்தப் பரம்பரையைச் சேர்ந்தவுங்க..."

கோயிலின் பின்னால் ஏற்பட்ட இந்தச் சிறிய சல சலப்பைப் பங்குத்தந்தையும் பார்த்தார். ஆனால், அவர் ஒரு வார்த்தைகூடப் பேசவில்லை. பூசைக்கு நேரமாகி விட்டது என்ற சாக்கில் திருவுடை அணியச் சென்று விட்டார்.

செல்வத்தைக் கொன்றுவிடுவதைப் போல பார்த்த சின்னவர், "டேய்... உன்னைக் கவனிச்சிக்கிறேன்" என்று சினத்துடன் கூறினார். அப்பொழுது

சுவாமியார் பீடத்திற்கு வந்தார். பூசை ஆரம்பமாகிவிட்டது. சலசலப்பும் அடங்கியது.

வாசக நேரம்; பூசைக்கு உதவி செய்த செல்வத்தின் தம்பி ஆரோக்கியசாமி அன்றைய வாசகத்தை விவிலியத்திலிருந்து எடுத்துப் பலமாக தெளிவான குரலில் வாசித்தான்.

"யாகப்பர் எழுதிய திருமுகத்திலிருந்து வாசகம்:

என் சகோதரர்களே, மாட்சிமை மிக்க நம் ஆண்டவராகிய இயேசுக் கிறிஸ்துவில் விசுவாசமுள்ள நீங்கள் மக்களின் தோற்றத்தைப் பார்த்து நடத்தாதீர்கள்.

நீங்கள் கூடியுள்ள இடத்தில் பொன் மோதிரமணிந்து பகட்டான உடை உடுத்திய ஒருவன் வருகிறான் என்று வைத்துக்கொள்வோம். அழுக்குக் கந்தையோடு ஏழை ஒருவனும் அங்கே வருகிறான்.

பகட்டாக உடுத்தியவனைப் பார்த்து, 'ஐயா, தயவு செய்து இங்கே அமருங்கள்' என்று கவனித்துக் கொள்கிறீர்கள். ஏழையிடமோ, 'அடே அங்கே நில்' என்கிறீர்கள் அல்லது 'தரையில் உட்கார்' என்கிறீர்கள்.

இப்படி உங்களுக்குள்ளே வேறுபாடு காட்டி தவறான முறையில் தீர்ப்பிடுகிறீர்கள் அல்லவா?

நீங்கள் ஒருவனின் தோற்றத்தைப் பார்த்து அவனை நடத்தினால். நீங்கள் செய்வது பாவம். திருச்சட்டத்தை மீறுகிறவர்களென அச்சட்டமே உங்களைக் கண்டனம் செய்கிறது."

திருப்பணியில் எப்பொழுதும் கவனமுடன் பக்தியாகப் பங்கெடுக்கும் முத்துவை இந்த வாசகம் கவர்ந்தது. அவனது அகக்

கண்கள் விழித்துக் கொண்டன. இந்த வாசகத்தின் ஒளியில் அனைத்து நிகழ்ச்சிகளையும் பார்த்தபொழுது சவரி, ஜெயமேரி, செல்வம், குரூஸ் செய்தது அனைத்தும் சரியாகப்பட்டது. சுவாமியாரும், உயர் சாதியினரும் செய்வது அனைத்தும் தவறானது என வெளிப்பட்டது. ஒரு ஒளி அவனது முகத்தில் படர்ந்தது.

முத்து இராணுவத்தில் இருந்ததால் ஒழுங்குக்குக் கட்டுப்பட்டு நடந்தவன்.

கட்டளைகளை இம்மி பிசகாமல் அனுசரித்துப் பழக்கப்பட்டவன் அவன்.

கட்டளைகளை அனுசரிக்காவிட்டால் அவர்கள் தண்டிக்கப்பட வேண்டியவர்கள் என்ற சூழ்நிலையில் வளர்ந்தவன் அவன்.

கட்டளைகளை அனுசரிப்பதில் வாழ்வின் நிறைவைக் கண்டான் அவன்.

அவனால் அவ்வூரில் நடக்கும் இந்த அக்கிரமத்தைச் சீரணித்துக் கொள்ள முடியவில்லை. தான் கிறிஸ்தவன், கிறிஸ்துவைப் பின்பற்றுபவன், அவரது கட்டளைகளை ஏற்று நடக்க வேண்டும் என்ற ஆவல் பிறந்தது.

அதனால் இறைவனது விருப்பத்திற்கு விரோதமாக உயர்ந்தவன் - தாழ்ந்தவன் என்று பிரித்து, அவனுக்குத் தனித் தனிக் கல்லறைகள் வைத்து அதைப் பாதுகாக்கும் அதிகார வர்க்கத்தை எதிர்க்க வேண்டும் என்ற வெறி பிறந்தது. கோயிலில் ஒரு மனிதனுக்கு, ஓர் அரிசன ஏழைக் கிழவருக்கு, மறுக்கப்பட்ட சுதந்திரத்திற்காக, இழைக்கப்பட்ட அநீதிக்காகப் போராட வேண்டும் என்ற துணிவு பிறந்தது.

அவனிடமுள்ள போர்வீரன் குணம் விழித்துக் கொள்ள போராட வேண்டும் என்ற ஆவலில் ஊர்க் கூட்ட ஆரம்பத்திற்காக ஆவலோடு காத்திருந்தான்.

★★★

“என்ன, கூட்டத்த ஆரம்பிக்கலாமா?”

பங்களா முன்பு இருந்த வராண்டாவின் நடுவில் நாற்காலியில் அமர்ந்திருந்த ஜோசப் சுவாமியார், சின்னவரைப் பார்த்துக் கேட்டார்.

சுவாமியாரின் இடது பக்கத்தில் அரிசனங்கள் சிமெண்ட் தரையில் அமர்ந்திருந்தனர். அவரது வலப் பக்கத்தில் வரிசையாக பெஞ்ச் போடப்பட்டு இருக்க அதில் உயர் சாதியினர் அமர்ந்திருந்தனர்.

முன் பெஞ்சில் முதல் ஆளாக அமர்ந்திருந்தார் பெரியவர். அவருக்குப் பக்கத்தில் சின்னவர். சின்னவரைப் பார்த்துத்தான் சுவாமியார் கேட்டார்.

"ஆரம்பிக்கலாம் சாமி."

"என்ன முத்து... ஆரம்பிக்கலாமா?"

திரும்பிப் பார்த்தான் முத்து. தன் அழைப்பை ஏற்றுச் செல்வம் ஊர்க் கூட்டத்திற்கு வந்திருக்கிறான் என்பதை உறுதி செய்துகொண்டு சுவாமியாரிடம் "ஆரம்பிக்கலாம் ...ஆனா அதுக்கு முன்னால பைபிள்ள இருந்து ஒரு வாசகத்த வாசித்து ஆரம்பிக்கலாம்" என்று கூறினான்.

"நல்ல யோசனை" என்று பாராட்டிய சுவாமியார் எழுந்து நின்றார். அனைவரும் எழுந்தனர்.

முத்து அன்றையப் பூசைக்குரிய வாசகமாம் யாகப்பர் எழுதிய திருமுகத்துப் பகுதியை எடுத்து வாசித்தான்.

"என்ன இவன்... எதையோ வாசிக்கிறான்" என்று முணுமுணுத்தார் சின்னவர்.

"சாமி... இதுக்கு என்ன விளக்கம்ன்னு சொல்லணும்" என்றான் முத்து உறுதியாக.

"முத்து... பிறகு வா சொல்றேன். இப்ப கூட்டம் நடத்தணும்."

"சாமி... இந்தக் கூட்டம் கடவுளு விருப்பப்படி நடக்குதான்னு சந்தேகம். அதான் கேக்றேன்." தன் பக்கத்தில் நியாயம் இருக்கிறது என்ற துணிவில் கேட்டான்.

"ஏன், அதுல என்ன சந்தேகம்?"

"இல்ல சாமி... பைபிள்ள பணக்காரனுக்குப் பெஞ்சக் கொடுத்து உக்காரச் சொல்லிவிட்டு, ஏழைகளத் தரையில உக்காரச் சொன்னா பாவம்னு போட்டிருக்கு. இப்ப நாம் அப்படித்தானே உக்காந்திருக்கோம். அதான் கேட்டேன்" என்றான் முத்து துணிவுடன். ஆம்... நீதி அவன் பக்கம் இருக்கும்பொழுது அவன் யாருக்குப் பயப்பட வேண்டும்?

"ஏண்டா... கலாட்டாப் பண்ணணும்னு வந்திருக்கயா?" என்று ஆத்திரத்தில் கத்தினார் பெரியவர்.

“நானு என்னங்க கலாட்டாப் பண்ணுறேன்? பைபிளுக்கு விளக்கம் கேக்குறது கலாட்டாவா?”

“என்னடா பைத்தியம் மாதிரி ஒளர்ற... நாம பைபிளுக்கு விளக்கம் கேக்கவா வந்திருக்கோம்? கல்லறையைப் பத்திப் பேசவுல வந்திருக்கோம்.”

“அதயும் பேசுவோம். அதுக்கு முன்னால நாங்க மட்டும் ஏன் தரையில உக்காரனுங்கிறதுக்கு நாயம் தெரிஞ்சி ஆகணும்.”

“என்னடா நாயத்தக் கண்டுட்ட...? பறப்பய வந்து பெஞ்சில உட்காரலாமாடா?” என்றார் சின்னவர் கோபமாக.

“உக்காரக் கூடாதுன்னு எந்தச் சட்டத்துல எழுதியிருக்கு?”

“டேய் எந்தச் சட்டத்துலடா எழுதணும்...? நீயும் நானும் ஒண்ணாடா?”

“சாமி, என்ன பேசாம இருக்கிறீங்க...? இதுக்கு மேல கூட்டம் நடக்கணும்னா இப்ப வாசித்த மாதிரி ஒண்ணு எல்லாரும் தரையில உக்காரணும். இல்ல பெஞ்சில உக்காரணும். இல்லாட்டி இங்க கூட்டம் நடக்காது” என்று முதன்முதலாக உரிமைக்குரல் எழுப்பினான் முத்து.

செல்வம் நிமிர்ந்து உட்கார்ந்தான். தனது மக்களிடம் லேசாக விழிப்புணர்வு தோன்றுவதைக் கண்டு மகிழ்ந்தான்.

அரிசனங்கள் வியப்புடன் முத்துவைப் பார்த்தார்கள். அவர்களுக்கும் ஏதோ உறைத்தது போலத் தோன்றியது.

பெஞ்சில் உட்கார்ந்திருந்த உயர் சாதியினரின் முகங்கள் கோபத்தில் சிவந்தன. சுவாமியார் செய்வது அறியாது கைகளைப் பிசைந்தபடி அமர்ந்திருந்தார்.

அவர் என்ன சொல்லப் போகிறார், யாருக்குச் சாதகமாகப் பேசப் போகிறார் என்று அறிய அனைவரும் அவரையே பார்த்தனர்.

15

அன்றையக் கூட்ட ஆரம்பத்திலேயே சுவாமியார் ஜோசப் ஒரு திட்டத்தோடுதான் வந்திருந்தார். முடிந்த அளவு மௌனமாக இருந்து அவர்கள் என்ன பேசி, எந்த முடிவிற்கு வந்தாலும் அதை ஏற்றுக்கொள்வது என்ற திட்டம்தான் அது.

ஆனால், தன்னை அப்படி ஓர் இக்கட்டில் அவர்கள் மாட்டி விடுவார்கள் என நினைக்கவில்லை.

பிரச்சனையை மெதுவாகத் தீர்க்க வேண்டும் என்ற எண்ணத்தில், உலர்ந்துவிட்ட உதடுகளை ஈரமாக்கிக் கொண்டு சொன்னார்.

"முத்து... உங்க எல்லாத்தையுமே பெஞ்சில உட்காரச் சொல்லலாம். அதில கஷ்டமில்ல. ஆனா, எல்லாத்துக்கும் பெஞ்சில்லையே... என்ன செய்றது?"

பிரச்சனையிலிருந்து நழுவுகிறார் என்பதை உணர்ந்த செல்வம் மறுபடியும் கேள்வி கேட்டான்.

"சாமி... அப்படீனா எல்லாரையுமே கீழே உட்காரச் சொல்லலாமே!"

"ஆமா... ஆமா. அதாஞ்சரி. எல்லாரும் கீழதான் உக்காரணும். சாமியாரே சொல்லிட்டாரு..." தாழ்ந்த சாதியினர் பகுதியிலிருந்து பல குரல்கள் எழுந்தன.

சுவாமியாருக்கு என்ன செய்வது என்று புரியவில்லை. மிகவும் பரிதாபமாக உயர் சாதியினரைப் பார்த்தார்.

அவருடைய சங்கடத்தைக் கோடி வீட்டுக்காரர் புரிந்து கொண்டார். அவர் நீதிமான். நேர்மையான வழியில் நடப்பவர். உயர் சாதியினர் என்றாலும் அந்த ஆணவம் அவரிடம் இருந்ததில்லை. அரிசனங்களை எப்பொழுதும் மதிப்பவர். மனதுக்குச் சரி என்று பட்டதைத் துணிந்து சொல்பவர்.

அவர் அப்பிரச்சனைக்கு ஒரு தீர்வு கண்டார். "சாமி... இங்குள்ள எல்லாராலும் கீழே உக்கார முடியாது. கொஞ்சப் பேருக்குப் பெஞ்சிலயே உக்காந்து பழக்கமாயிடுச்சி. அதனால அவுங்க பெஞ்சில

உக்காந்துகிடட்டும். கீழே உக்கார முடிஞ்சவுங்க கீழே உட்காரட்டும்; காலியாகிற பெஞ்சில சேரி ஆளுக உட்காரட்டும்.”

சொல்லிவிட்டு அவர் எல்லாருக்கும் முன்பாக எழுந்து தரையில் அமர்ந்தார். அவரது முன் மாதிரியைப் பின்பற்றி வேறு இரண்டு உயர் சாதியினரும் கீழே அமர்ந்தார்கள். அதனால் ஒரு பெஞ்சு காலியானது.

காலியான அப்பெஞ்சில் எந்த அரிசனனும் உட்காரத் தயாராக இல்லை. உட்கார்ந்தால் எங்கே சின்னவர், பெரியவரின் கோபத்துக்கு உள்ளாக நேரிடுமோ என்ற பயம் இருந்தது.

முத்து துணிந்து எழுந்து அமர்ந்தான். அவனைத் தொடர்ந்தான் செல்வம்.

கோடி வீட்டுக்காரரின் செயல் மற்ற உயர் சாதியினரைக் கோபம் கொள்ளச் செய்தது. தரையில் உட்கார்ந்திருந்த அவரை ஒரு பறையனைப் பார்ப்பதுபோல இகழ்ச்சியாக, தாழ்வாக, கேலியாகப் பார்த்தனர்.

அவர் மேல் காட்ட முடியாத ஆத்திரம் சேரிச் சனங்கள்மேல் திரும்பியது.

“சாமி... ஊர்க் கூட்டம் போட்டது கல்லறைச் சுவரைப் பற்றிப் பேசத்தான். அதப்பற்றிப் பேசுவோம்” என்றார் பெரியவர்.

“சாமி அதுக்கு முன்னால எங்க சாதிக் கிழவரைக் கோயில்ல சின்னவர் கீழ போயி உட்காரச் சொல்லி பிடிச்சித் தள்ளுனது எதுக்குன்னு தெரியணும்” என்றான் முத்து.

“அந்தக் கெழடு ஏன் அங்கேபோயி உக்காந்துச்சு?” என்று கேள்வி கேட்டான் மிக்கேல்.

“ஏன் உக்காரக் கூடாதா?”

“முத்து, நீ பேசுறது கொஞ்சங்கூட நல்லால்ல. பெஞ்சு அந்தச் சாதிக்காரங்க உக்கார்றதுக்காகப் போட்டிருக்கு. அதுல போயி இந்தக் கெழடு ஏன் உக்காரணும்?”

“பெஞ்சு என்ன அவுக அப்பன் வீட்டுச் சொத்தா? அவுக சொத்துன்னா அவுக நடு வீட்டுல போட்டு உக்காந்துக்கிடட்டும். யாரும் வேண்டாங்கல. கோயில்ல கெடக்குறதுல யாருனாலும் உட்காரலாம்.”

"இப்ப நடந்தது நடந்து போச்சு. அத ஏன் திரும்பவும் பேசுற?" என்றான் மிக்கேல். அவனது முதலாளி சின்னவர்மேல் முத்து குற்றம் சாட்டுவது பிடிக்கவில்லை.

"சின்னவரு செஞ்சது தப்பு. அதனால அவரு அந்தத் தாத்தாட்ட மன்னிப்புக் கேக்கணும்."

"என்னடா சொல்லுற நீ? சின்னவரு அந்தக் கிழட்டுட்ட மன்னிப்புக் கேக்கணுமா? உனக்கென்ன மூளை குழம்பிப்போச்சா? அதிர்ச்சியுடன் கேட்டான் மிக்கேல்.

"தப்புச் செஞ்சது யாருனாலும் மன்னிப்புக் கேட்டு தான் ஆகணும்" என்றான் முத்து பிடிவாதமாக.

சின்னவர் மன்னிப்புக் கேட்கவேண்டும் என்று முத்து கூறவும் மிக்கேலின் பொறுமை காற்றில் பறந்தது. தனது முதலாளி இந்தக் கிழத்திடம் மன்னிப்புக் கேட்பதா? என்ன பேசுகிறோம் என்று முழுவதும் உணராமல் பேச ஆரம்பித்தான் மிக்கேல்.

"டேய் முத்து... என்னடா நெனச்சிக்கிட்டிருக்க நீ? நானும் அப்ப இருந்து பார்த்துக்கிட்டே இருக்கேன்; என்னென்னமோ பேசுறியே. இனியும் ஏட்டிக்குப் போட்டியா ஏதாவது பேசுன அது நல்லா இராது. சாமி... நீங்க கல்லறப் பிரச்சனைக்கு வாங்க சாமி" என்றான் கோபத்துடன்.

"சாமி... நாந்தான் இந்தச் சேரிக்கு நாட்டாண்மை. நானு பேசுறதத்தான் நீங்க கேக்கணும். மொதல்ல இந்தக் கோயிலுப் பிரச்சனைக்குத் தீர்வு காணாம மத்ததைப் பேசக் கூடாது.

அதுவரை அமைதியாக இருந்த பெரியவர் சேரி மக்களிடையே நிலவும் இந்தக் குழப்பத்தைக் கூர்ந்து கவனித்தார். இதைப் பயன்படுத்திச் சேரியை இரண்டாகப் பிரிக்க அவரது மனதில் ஒரு திட்டம் உருவாகியது.

அவர்கள் ஒன்றாக இருந்தால் வெல்வது கஷ்டம் பிரித்து விட்டால் நினைத்த காரியத்தை எளிதாக முடித்து விடலாம் என எண்ணினார்.

குழம்பிய குட்டையில் மீன் பிடிக்க எண்ணிய அவர் தந்திரமாகக் குளத்தை மேலும் குழப்ப ஆரம்பித்தார். தனக்குப் பக்கத்தில் அமர்ந்திருந்த சின்னவரிடம் பேசுவது போல அனைவரது காதிலும் விழும்படியாகப் பலமாகப் பேசினார்.

"மச்சான்...நாம ஒரு பெரிய முட்டாத்தனம் செஞ்சிட்டோம் மச்சான். கல்லற இடிஞ்சி கிடந்த அன்னைக்கே - நம்ம ஆளுகளை ஒன்று சேர்த்துக்கிட்டுப் போய் சேரிய அடிச்சி நொறுக்காம விட்டது நம்ம தப்பு. அவுங்க குடிசைகளைத் தீ வச்சிக் கொளுத்திச் சாம்பலாக்காம விட்டது நம்ம தப்பு. போலீசில் சொல்லி ஒவ்வொருத்தன் எலும்பையும் நொறுக்கச் சொல்லி, கம்பி எண்ண வைக்காதது நம்ம முட்டாத்தனம். இவனுக ஒருத்தனுக்கும் நம்ம வயல்ல வேலை கொடுக்காம இவனுக வயித்துல அடிக்காம விட்டு விட்டது நம்ம மடத்தனம். இவனுக மேல இரக்கப்பட்டுச் சாமியாரு கேட்டுக் கொடுக்கட்டும்னு நம்ம சாமியாருகிட்ட வந்து சொன்னோம் பாருங்க. அதுக்கு இது மட்டும் போதாது... இன்னமும் வேணும்."

பெரியவர் எதிர்பார்த்தது போல அவரது பேச்சு அரிசனங்களிடம் வேலை செய்ய ஆரம்பித்தது. பெரியவரின் பேச்சால் கவரப்பட்ட மிக்கேல் முத்துவை நோக்கி ஆத்திரத்தில் கத்தினான்.

"டேய் முத்து... பாத்தியாடா... பெரியவருக்கு எம்புட்டுத் தங்கமான மனசுன்னு. உனக்கும் எனக்கும் அது வருமாடா? பேசாம அவுங்க கிட்ட மன்னிப்புக் கேளு. நம்மாளுக இடிச்ச கல்லறைக்கு அவுங்க என்ன செய்யச் சொல்றாங்களோ அதச் செஞ்சிருவோம்."

கோடி வீட்டுக்காரரர் பெரியவரின் தந்திரத்தைப் புரிந்து கொண்டார். பிரச்சனை திசை திரும்பிவிட விரும்பவில்லை அவர்.

"மாமா... உங்க பேச்சுச் சரியில்ல. சேரி ஆளுங்க கல்லறச் சுவர உடைச்சது தப்பா சரியான்னு தெரியுறதுக்கு முன்னாடியே நீங்க பாட்டுக்கு அவுங்க செஞ்சது தப்புன்னு முடிவு செஞ்சது மாதிரி பேசுறிங்களே" என்றார் துணிவுடன்.

"யோவ்... எதயா சரின்னு சொல்லச் சொல்லுற. அந்த அரிசனப் பயக சுவர இடிச்சதயா?" ஏற்கனவே கோபத்தில் இருந்த சின்னவர் தனது சாதியிலேயே தனக்கு எதிர்ப்பு வரவும் கோபம் அதிகரிக்க வெறுப்புடன் கத்தினார்.

"ஆமா... கல்லறச் சுவர உடைச்சது சரிதான்."

"ஆமாயா... இன்னைக்கு கல்லறச் சுவர இடிப்பானுக, நாளைக்கு கல்லறயில இடங்கேப்பானுக கொடுக்கலாமாயா?"

"கொடுக்கிறதுல என்ன தப்பு? கொடுக்காட்டாத் தான் தப்பு" என்றார் கோடி வீட்டுக்காரரர் புரட்சியுடன். உயர் சாதியினர் அனைவருமே

கெட்டவர்கள் அல்ல. உயர் சாதியினர் நடுவிலும் நீதிமான்கள் இருக்கிறார்கள். அங்கும் நேர்மைக்கும் நீதிக்கும் பாடுபட ஆள் உண்டு என்பதற்கு உதாரணமாக விளங்கினார் அவர்.

"ஆமாயா... நீரு கொடுப்பீரு... நாளைக்கு உம்ம வீட்டுக்கு அந்த அரிசனங்க படியேறி வரப்போறாங்க."

"வந்தா என்ன?"

"வந்து உம் மகள எனக்குக் கட்டிக் கொடும்னு பொண்ணு கேப்பான். கொடுப்பீராய்யா? உம்மச் சம்பந்தின்னு கூப்பிடுவான். கூப்பிடட்டுமாயா?"

கோடி வீட்டுக்காரருக்கு என்ன சொல்வதென்று தெரியவில்லை. பெரியவரோடும், சின்னவரோடும் பேச முடியாது என்று எண்ணி சுவாமியாரிடம் தன் நிலையை எடுத்துக் கூறினார்.

"சாமி... இப்பத்தான் சேரிக்காரங்க விழிக்க ஆரம்பிச்சிருக்காங்க. அவுங்களுக்கு உதவ வேண்டியது உங்க கடமை."

சின்னவர் கொதித்தெழுந்தார். "சாமி இந்தப் பய என்னென்னமோ பேசுறான். இவனுக்குப் பிரியம்னா இவுங்க வீட்டில செத்தவுங்களை அந்தச் சேரிக் கல்லறப் பக்கமாப் பொதைக்கட்டும். சேரித் தெருவுல வேணுமுனாலும் குடிச போட்டு இருந்துக்கிடட்டும். அவுக வீட்டுல வேணும்னாலும் சாப்பிடட்டும்... ஏன்... பொண்ணக்கூடக் கொடுக்கட்டும். அதுக்காக எல்லாத்தையும் செய்யச் சொன்னீங்கன்னா நாங்க எல்லாருமே கிறிஸ்தவ மதத்துல இருந்து போயிருவோம். எங்களுக்கு உலகத்துல மானம், மரியாத, கவுரவம்தான் பெருசு. கடசியா ஒண்ணு சொல்றேன். இடிச்ச அந்தக் கல்லறச் சுவர அவனுக கட்டிக் கொடுக்கணும். இல்லாட்டி நடக்குறது வேற" என்றார் ஆத்திரத்துடன்.

"சாமி... நானும் கடசியாச் சொல்றேன். சின்னவரு அந்தத் தாத்தாக்கிட்ட மன்னிப்புக் கேக்கல... நடக்கிறது வேற..." என்றான் முத்து அதே தொனியில்.

"மன்னிப்புக் கேக்காட்டா என்னடா செஞ்சிருவீங்க?" என்றார் சின்னவர் கோபமாக.

"என்ன செய்வோமா? உங்க ஆளுக செத்தாக் கல்லறக்கிக் குழி தோண்ட மாட்டோம். தார தப்பட்ட அடிக்க மாட்டோம். கோயில்ல பெஞ்சில துணுஞ்சு உக்காருவோம்; உங்க கல்லறையில எங்க பொணத்தப் பொதைப்போம்" என்றான் வீராவேசமாக.

முத்து கூறி முடிப்பதற்கு முன்பாக இடைமறித்தான் மிக்கேல்.

"டேய் முத்து... நீ யாருடா எங்களுக்குச் சொல்றதுக்கு? நீ குழி வெட்டக் கூடாதுன்னு சொன்ன உடனே கேட்டிடுவோம்னு நெனச்சியா...? நாங்க குழி வெட்டுவோம். தார தப்பட்ட அடிப்போம். நம்ம பிணத்த நம்ம கல்லறையிலதான் பொதப்போம். உன்னால என்ன செய்ய முடியும்?"

முத்துவுக்கு எதிராகப் போர்க் கொடி தூக்கினான் மிக்கேல்.

அதுவரை அமைதியாக இருந்த செல்வம் சுவாமியாரைப் பார்த்துக் கேட்டான்.

"சாமி... ஏன் பேசாம இருக்கிறீங்க? இங்கே சண்டை போட்டுக்கிட்டு இருக்கிறத வேடிக்க பாக்குறீங்களா? யார் பக்கம் நியாயம் இருக்குன்னு சொல்லுங்க. நீங்க பேசாம இருக்கிறதுனாலதான் சண்டை வளந்துக்கிட்டே இருக்கு."

பாவம் சுவாமியார்! என்ன சொல்வார்? முத்து பக்கம் நியாயம் இருக்கிறது என்பதை உணர்ந்தார். ஆனால் அதைச் சொல்ல, ஊரில் கலவரம் மூண்டு விட்டால்... அதனால் பல உயிர்கள் இறக்க நேரிட்டால்... செய்வதறியாது அமைதியாகத் தலைகுனிந்து நின்றார்.

ஆனால், அந்த அமைதி உயர் சாதியினருக்கு ஆதரவானது என்பதை அவர் உணரவில்லை.

முத்துவால் அதற்கு மேலும் பொறுக்க முடியவில்லை. தனது சாதியினரைப் பார்த்துக் கத்தினான்.

"இங்கே பேசுறதுக்கு இனி ஒண்ணுமே இல்ல. வாங்க போகலாம். அடிமைகளா இல்லாம இருக்கணும்னு நெனக்கிறவன், கௌரவமா, சுதந்திரமா வாழணும்னு நெனைக்கிறவன் எல்லாரும் எம்பின்னால வாங்க. மத்தவுங்க அந்த முதலாளிக கால நக்கிக்கிட்டுக் கிடங்க" என்று ஆவேசமாகக் கூறி, கூட்டத்தைப் புறக்கணித்தபடி அங்கிருந்து வெளியேறினான்.

அங்குள்ள அரிசனங்களில் பலருடைய இரத்தம் கொதித்தது. சுதந்திரமாக வாழ வேண்டும் என்ற வெறி அவர்களை ஆட்கொண்டது. முத்துவைத் தொடர எழுந்தனர்.

அப்பொழுது-

"யாராவது அவங்கூடப் போனீங்க... தொலைஞ்சீங்க... வயலுல வேல கொடுக்காம பட்டினி போட்டுக் கொன்னுருவேன்" என்று ஆவேசமாகக் கத்தினார் சின்னவர்.

அவருடைய மிரட்டலுக்குப் பணியாமல் சிலர் துணிந்து எழுந்து சென்றனர். சிலர் பயந்து அப்படியே அமர்ந்து விட்டனர். கோடி வீட்டுக்காரர் வேதனையுடன் அனைத்தையும் பார்த்தார்.

அதுவரை ஒன்றாக இருந்த அந்தச் சேரித் தெரு பிளவுபட்டு இரண்டானது.

அர்த்தமுள்ள பார்வையோடு சின்னவரைப் பார்த்துப் பெரியவர் பல் இளித்தார். சின்னவரும் அதை ஆமோதித்தார். இருவரும் சிரித்து விட்டதால், மேல் சாதியினர் அனைவருமே அடக்கமாகச் சிரித்தனர்.

16

முத்துவும் அவனைச் சார்ந்தவர்களும் ஊர்க் கூட்டத்தைப் புறக்கணித்துச் செல்லவும், அப்படிப்பட்ட ஒரு சந்தர்ப்பத்திற்காக எதிர்பார்த்துக் கொண்டிருந்த பெரியவர் வஞ்சகமாகப் பேச ஆரம்பித்தார்.

"சாமி... நீங்க... இந்த ஊர்ப் பங்குச் சாமியாரு. இந்த ஊர்க் கூட்டத்தை நீங்கதான் கூட்டினீங்க. நீங்க கூட்டிய இந்த ஊர்க் கூட்டத்த முத்துவும் அவனுடைய ஆட்களும் புறக்கணிச்சிட்டுப் போனா அதுக்கு என்ன அர்த்தம்?

சின்னவர் அதற்குப் பின்பாட்டுப் பாடினார்: "சாமியையே புறக்கணிச்சிட்டுப் போறாங்கன்னுதான் அர்த்தம். சாமி... இந்த முத்து யாரு? நீங்க நியமிச்ச நாட்டாண்மை. வளர்த்த கடா மார்பில் பாஞ்சது மாதிரிப் பாஞ்சிட்டுப் போறான். இவனச் சும்மாவிடக் கூடாது சாமி."

பெரியவர் தொடர்ந்தார்: "கல்லறைச் சுவர இடிச்சது பற்றிப் பேச வந்திருக்கோம். அதப் பற்றிப் பேச விடாம பிரச்சனைய எங்கெங்கெல்லாமோ இழுத்தான் முத்து. அதுக்கு என்ன சாமி அர்த்தம்?"

சின்னவர் பதில் கூறினார்: "கல்லறைய உடைச்சது தப்புத்தான்னு அர்த்தம். இல்லாட்டித்தான் துணிஞ்சி கல்லறைச் சுவர் உடைப்பப் பற்றிப் பேசியிருக்கலாமுல. சாமி... இதையெல்லாம் பெரிசா நினைக்காம நீங்க மன்னிச்சிரலாம். உங்க மனசு அப்படி. ஆனா இத ஒரு உதாரணமா வச்சிக்கிட்டு ஒவ்வொரு ஊர்க் கூட்டத்தயும் சிலர் புறக்கணிச்சா எந்தப் பிரச்சனையைப் பற்றியாவது பேச முடியுமா சாமி? ஊர்க் கட்டுப்பாடு என்ன ஆகுறது?"

அவர்கள் பேசப் பேசச் சுவாமியாருக்கு என்ன செய்வது என்றே தெரியவில்லை. முதலில் முத்துவின் பக்கம் நியாயம் இருப்பதாகக் கண்ட அவர் இவர்கள் பேச்சால் மூளை குழம்ப முத்து மிகப்பெரிய தவறு செய்துவிட்டது போல உணர்ந்தார். முத்துவையும் அவனைச் சேர்ந்தவர்களையும் தண்டிப்பது தான் ஊருக்கு நல்லது என்ற உணர்வும் ஏற்பட்டது.

தான் என்ன செய்கிறோம் என்பதை முழுவதும் உணராமலே கட்டளைகளைப் பிறப்பிக்க ஆரம்பித்தார்.

முத்துவை நாட்டாண்மைப் பதவியிலிருந்து நீக்கிவிட்டு அந்த இடத்தில் மிக்கேலை நியமித்தார். முத்துடன் சேர்ந்த ஆட்களையும் மிக்கேல் ஊரிலிருந்து விலக்க வேண்டும் என்றும், எப்பொழுது அவர்கள் அவரிடம் மன்னிப்புக் கேட்கிறார்களோ அப்பொழுதுதான் ஊரில் சேர்த்துக் கொள்ள வேண்டும் என்றும் உத்தரவிட்டார். இடிக்கப்பட்ட கல்லறைச் சுவரைக் கட்ட அரிசனங்கள் வந்து வேலை செய்ய வேண்டும் என்றும், தேவையான பொருட்களைத் தானே தருவதாகவும் வாக்குக் கொடுத்தார்.

தனக்கு நாட்டாண்மைப் பதவி கிடைத்துவிட்டது என்ற மகிழ்ச்சியில்தான் மிக்கேல் கல்லறைச் சுவரை மறுபடியும் கட்டுவதில் தீவிரம் காட்டினான். மண்ணால் கட்டப்பட்டிருந்த அந்தச் சுவரானது இப்பொழுது சிமெண்டால் மிக உறுதியாகக் கட்டப்பட்டுக் கொண்டிருந்தது.

ஊரிலிருந்து விலக்கப்பட்ட முத்துவும் அவனைச் சேர்ந்தவர்களும் வெகுவாகப் பாதிக்கப்படவில்லை. தெருவில் சுதந்திரமாக நடந்தார்கள். ஊர்க் கிணற்றில் துணிந்து தண்ணீர் எடுத்தார்கள். பொதுச் சாவடியைத் தைரியமாக உபயோகித்தார்கள். ஜெயாவும் இவர்களோடு சேர்ந்துவிட்டதால் அவளாலும் துணிந்து பொதுக் கிணற்றில் தண்ணீர் எடுக்க முடிந்தது. குருசும் அவனது சித்தி வீட்டிலிருந்து திரும்பி விட்டான். ஆட்பலம் இருந்ததால்தான் துணிந்து இவைகள் அனைத்தையும் செய்ய முடிந்தது.

ஆனால் -

இவர்களுக்கு வேலை கொடுக்கத்தான் ஆட்கள் இல்லை. உயர்ந்த சாதியினர் தங்களது வயலில் இவர்களுக்கு வேலை கொடுக்கக் கூடாது என்று கட்டுப்பாடு விதித்து விட்டனர்.

இவர்களுக்கு ஆதரவாக இருந்த கோடி வீட்டுக்காரரர் கூட ஊர்க் கட்டுப்பாடுக்குப் பயந்து இவர்களுக்கு வேலை கொடுக்கவில்லை. தனி மனிதனால் எப்படி ஒரு சமூக அமைப்பை எதிர்க்க முடியும்? மேலும் அனைவருக்கும் வேலை கொடுக்கும் அளவிற்கு அவரிடம் நிலமும் இல்லை. வேலை இல்லாமல் எத்தனை நாட்களுக்குத்தான் அவர்களால் காலம் கடத்த முடியும்.?

பசி... பசி... பசி...

அவர்கள் அனுபவிக்கும் இந்தப் பசிக் கொடுமை செல்வத்தை வாட்டி வதைத்தது. இந்தப் பசி ஏன்? நியாயத்திற்காக, நீதிக்காகப்

போராடுவதால் தானே! நீதிக்காகப் போராடும் நம்மை, கடவுள் ஏன் பாதுகாக்கக் கூடாது? எத்தனை நாட்கள்தான் இந்த ஏழைகளும் நீதிக்காகத் துன்பப்படுவார்கள்? பசிக் கொடுமை தாங்காமல் அந்த உயர் சாதியினரிடம், அநீதிக்காரர்களிடம் அவர்கள் சரணடைந்து விட்டால்...? இறைவா, ஏன் நீர் எங்கள் பக்கம் இருக்கக் கூடாது? எங்கள் பசியை நீர் ஏன் போக்கக் கூடாது?

அவனது இதயம் இறைவனிடம் ஊர் நிலைமையை எடுத்துக் கூறி ஏங்கி அழுதது.

அவனது அழுகுரலும் இறைவனுக்கு எட்டி விட்டது. இறைவன் இவர்களது வறுமையைப் போக்க ஒரு வழியைக் காட்டினார். அந்த வழியைச் செல்வத்தின் நண்பன் மூலமாகக் காட்டினார்.

செல்வத்தோடு கல்லூரியில் ஒன்றாகப் படித்தவன் மணி. நெருங்கிய நண்பர்களும் கூட. பக்கத்து ஊர் வங்கியில் வேலை பார்க்கிறான். செல்வம் சுவாமியாராகப் போகாமல் வந்துவிட்டான் என்பதை அறிந்த மணி அவனைப் பார்ப்பதற்காகப் புதுக்குடிக்கு வந்தான்.

அங்குள்ள சூழ்நிலையைப் புரிந்துகொண்ட மணி செல்வத்கிடம், “செல்வம், உங்க வறுமையைப் போக்க என்னால முடியும்” என்றான் மகிழ்வாக.

“எப்படி மணி?” வியப்புடன் கேட்டான் செல்வம்.

“செல்வம், நான் வங்கியில் வேலை பார்க்கிறேன். எங்க வங்கியில் ஏழைகளுக்கு உதவுகிற திட்டம் ஒண்ணு இருக்கு.”

“சீக்கிரம் சொல், மணி” ஆவலுடன் கேட்டான் செல்வம். அவனது இதயம் இறைவனுக்கு நன்றி கூறியது.

“பொறு, அவசரப்படாதே. ஆனா, இந்தத் திட்டத்துக்கு எல்லாருடைய ஒத்துழைப்பும் தேவை.”

“கட்டாயம் எல்லாரும் ஒத்துழைப்போம், மணி.”

“செல்வம், உன்னச் சார்ந்த எல்லோருக்கும் இரண்டாயிரம் இல்லாட்டி ரெண்டாயிரத்து ஐநூறு ரூபா பெறுமானமுள்ள உயர் இனத்துப் பால் மாடுகள் வாங்க எங்க வங்கி கடன் கொடுக்கும். இந்தக் கடன வீட்டைக் காட்டி வாங்கிடலாம்.”

“அவ்வளவு தானா?”

"ஆமாம். ஆனா, ஒருத்தரு கடனை வேறு ஒருத்தர் பொறுப்பேத்துக்கிடணும்."

"புரியல மணி..."

"சரி... புரியும்படியாச் சொல்றேன். உன்னச் சேர்ந்தவுங்க இந்தத் தெருவுல எத்தன பேரு இருக்காங்க?"

"இருபது பேரு இருக்காங்க."

"சரி... இவுங்கள ஐஞ்சு பிரிவாப் பிரிக்கலாம். ஒரு பிரிவுக்கு நாலுபேர் இருப்பாங்கல்ல?"

"ஆமாம்."

"நாலுபேரும் ஒருவர் ஒருவர் கடனை ஏத்துக்கிடணும்; அந்த நாலு பேருல யாராவது ஒருத்தர் கடனைக் கட்டலயினாலும் மற்ற மூணுபேரும் சேர்ந்து அந்த ஆளைக் கட்ட வைக்கணும்."

"எவ்வளவு நாளுக்குள்ள கட்டணும், மணி?"

"செல்வம்... உடனே கட்டணும்கிற அவசியம் இல்ல. மாடு ஒரு நேரத்துக்குப் பத்து லிட்டர் பாலுக்குமேல கொடுக்கும். ஒரு நேரத்துப் பால் பணத்த அவுங்க உபயோகத்துக்கு வச்சிட்டு, அடுத்த நேரத்துப் பணத்தை எங்க வங்கியிலே கட்டிறலாம். அப்படியே கடன் தீர்வது வரை கட்டணும்."

"திட்டத்தைக் கேக்க நல்லாத்தான் இருக்கு. ஆனா எப்படி தினம் அங்க வந்து பணத்தக் கட்டுறது? முடிகிற காரியமா அது?"

"ஏன் முடியாது? நீங்க ஏன் அங்க வரணும்? நாங்க இங்க ஒரு கிளைய ஆரம்பிச்சிருவோம், இங்கேயே கட்டலாம்."

"ஆமா... இப்படி ஏன் நீங்க உதவி செய்யணும்? இந்தத் திட்டத்துல ஏதோ சூட்சி இருக்கிறது மாதிரித் தெரியுது." முதலில் இருந்த உற்சாகம் சிறிது குறைந்தது செல்வத்திற்கு.

"செல்வம்... சூட்சியுமில்ல. ஒரு மண்ணுமில்ல. எல்லாம் சுயநலம் தான். இப்படிக் கிராமப்புறத்தில இரண்டு வங்கி திறந்தா பட்டணத்துல ஒரு வங்கி திறக்க அரசாங்கம் அனுமதிக்கும். பட்டணத்தில ஒரு வங்கி இருந்தா அதுல லட்சம் லட்சமா முதலீடு செய்வாங்க; அதிக லாபம் கிடைக்கும். அதனாலதான் இப்படி ஒரு திட்டத்த வச்சிக் கிராமத்துல வங்கி திறக்க ஏற்பாடு செய்கிறோம்" என்றான் மணி.

"ஆமா... நீங்க வாங்கிக் கொடுக்கிற மாடு திடீருன்னு செத்துப் போச்சின்னா என்ன செய்றது? அப்பவும் நாங்கதான் பணம் கட்டணுமா?" மறுபடியும் செல்வத்திற்குச் சந்தேகம்.

"இந்தா செல்வம்... உங்ககிட்ட மாட்டக் கொடுக்கும்போதே அத இன்ஸ்யூர் செய்துட்டுத்தான் கொடுப்போம். நீங்க கட்டுற பணத்துல நாங்களே ஒரு பகுதிய இன்ஸ்யூரன்ஸ்சுக்கு தொடர்ந்து கட்டிக்கிட்டு வருவோம். ஆகையினால மாடு செத்துப் போச்சினா இன்ஸ்யூரன்ஸ் பணம் கிடைக்கும்."

"சரி... மணி. கடைசியா ஒரு சந்தேகம். மாட்ட வாங்குறவுங்க வித்துட்டாங்கன்னா? நீ சொன்ன மாதிரி ஒரு பிரிவைச் சேர்ந்த நாலுபேருமே வித்துட்டாங்கன்னா?"

"செல்வம்... விக்க முடியாது. நாங்க மாட்டக் கொடுக்கும்போதே அதன் காதுல ஒரு அடையாளம் போட்டுத்தான் கொடுப்போம். அந்த அடையாளம் உள்ள மாட்ட யாரும் வாங்க மாட்டாங்க. அப்படியே வாங்கினாலும் நாங்க போயி அதத் திரும்பி பிடிச்சிக்கிட்டு வந்திருவோம்... செல்வம்... இன்னும் ரெண்டு நாளுல ஊருல எல்லா ஏற்பாடும் செய்துட்டு வங்கிக்கு வா. அதுக்குள்ள மற்ற ஏற்பாடெல்லாம் நான் கவனிச்சி வச்சிருக்கேன். சீக்கிரமா மாடு உங்க வீடுகளுக்கு வந்து சேர்ந்திரும்" என்று கூறி மணி சென்றுவிட்டான்.

தனது ஐயம் முழுவதும் நீங்க, கடவுள் தங்களுக்கு ஒரு வழி காட்டிவிட்டார் என்ற மகிழ்வில் செல்வம் சுறுசுறுப்பாக இயங்கினான். மாடு வாங்குவதற்குத் தேவையான பத்திரங்களை எழுதி, நான்கு பேர் கொண்ட ஐந்து குழுக்களாக அந்த இருபது பேர்களையும் பிரித்தான். அதில் ஜெயாவின் பேரைச் சேர்க்க அவன் மறக்கவில்லை.

இரண்டு நாட்களுக்குப் பின்பு அவர்கள் அனைவரையும் அழைத்துக் கொண்டு பக்கத்து ஊரில் உள்ள அந்த வங்கிக்குச் சென்றான். மணி தன்னைக் கைவிடமாட்டான் என்ற நம்பிக்கை இருந்தது.

ஆனால்-

அங்கே கண்ட காட்சி அவனைத் திகைக்க வைத்தது.

17

மிகுந்த மகிழ்ச்சியுடனும், உற்சாகத்துடனும் மாடு வாங்குவது சம்பந்தமாக அந்த வங்கிக்கு வந்த அந்த விடுதலைக் கூட்டம் அதிர்ச்சியுடன் நின்றுவிட்டது.

காரணம்...?

அங்கே அந்த வங்கியினுள்...

மானேஜருடன் சிரித்துச் சிரித்துப் பேசிக்கொண்டிருந்தனர் சின்னவரும் பெரியவரும். அவர்களைக் கண்ட அந்தப் புரட்சிக் கூட்டம் அதிர்ச்சியடைவது நியாயம் தானே?

செல்வம் வேதனையோடு அந்த விடுதலைக் கூட்டத்தைப் பார்த்தான். அவனது கண்கள் கண்ணீர் விட்டன. தங்களுடைய திட்டம் அவ்வளவுதான் என்ற முடிவிற்கு வந்தான்.

அதுவரை ஏதோ திருமண வீட்டிற்குச் செல்வது போல மகிழ்ச்சியோடு இருந்த அவர்கள், அதன் பிறகு இழவு வீட்டுக்குச் செல்வது போலச் சோகமுடன் காணப்பட்டனர்.

அப்பொழுது-

அங்கே வந்தான் மணி.

அவனுடைய முகத்தைக்கொண்டே நடந்ததை ஓரளவு யூகிக்க முடிந்தது.

நடந்ததைச் சொல்வதற்காக வாயெடுத்த மணியின் கண்கள் பனித்தன.

அவனுடைய தோளில் ஆதரவாகக் கை போட்டபடியே கூறினான் செல்வம்.

"மணி... என்ன நடந்திருக்கும்னு என்னால யூகிக்க முடியுது. என்ன செய்றது? எங்களுக்குக் கொடுத்து வைக்கல. அவ்வளவுதான். நீ நல்ல மனசோட எங்களுக்கு உதவ நெனச்ச. ஆனா நல்ல மனசுள்ளவர் களுக்குக் காலமில்லை. நீ வருத்தப்படாதே. எங்களுக்குத் துன்பம் பழக்கப்பட்டதுதான்."

“செல்வம், இப்படி நடக்கும்னு கனவுலகூட நெனக்கலப்பா... மானேஜர் நேற்று வரைக்கும் சரின்னு சொல்லிக்கிட்டுத்தான் இருந்தாரு. இன்னைக்கு வந்த அந்த இரண்டு ஆட்களிடமும் மகிழ்ச்சியாகப் புதுக்குடியில புதுசா கிளையொன்று திறக்கப்போறதாகச் சொன்னாரு. அந்த ரெண்டு பேருகிட்டே திறப்பதற்கான காரணத்தையும் சொல்லிட்டாரு. அவ்வளவுதான். அந்த ஆட்களுக்குக் கோபம். வங்கி மானேஜரையே விரட்டியிருக்காங்க. அவுங்க ரெண்டு பேரும் இலட்சக் கணக்கான பணத்த எங்க வங்கிலதான் முதலீடு செய்திருக்காங்க. புதுக்குடியில கிளை திறந்தாலோ, அல்லது மாடு வாங்க உங்களுக்கு உதவினாலோ தாங்கள் முதலீட்டை எடுப்பதோடு மற்றவுங்களையும் அவ்வாறே செய்யச் சொல்லப்போவதாக மிரட்டியிருக்காங்க. பாவம் மானேஜர், என்ன செய்வார்!

புதுக்குடியிலே வங்கி இருந்தா அவுங்க மகிழ்ச்சியடை வாங்கன்னு சொன்ன அவரு பயந்திட்டாரு. அதனால உங்களுக்கு உதவ முடியாதுன்னு சொல்லிட்டாரு” என்றான் வேதனையுடன்.

அதுவரை அமைதியாகக் கேட்டுக் கொண்டிருந்த குரூசுக்குக் கோபம் பொறுக்க முடியவில்லை. கோபத்தில் உணர்ச்சிவசப்பட்டுப் பேசினான்.

“செல்வம், கடவுளு நீதிக்காக, நேர்மைக்காகத் துன்பப்படுகிறவர்கள் பக்கம் இருப்பாருன்னு நெனச்சேன். ஆனா அவுரு கூட நம்மளக் கை விட்டு விட்டார் போலத் தோணுது; கடவுளுக்கு...”

“குரூஸ்... அப்படியெல்லாம் பேசக் கூடாதுப்பா. கடவுள் என்னைக்குமே நம்ம பக்கம்தான் இருப்பார்” என்றான் முத்து.

“ஆமா குரூஸ், நீ உணர்ச்சிவசப்பட்டு இருக்கிற. ஆகையினாலே என்ன சொல்றன்னு உனக்கே தெரியல. ஆனா, எனக்கென்னவோ கடவுளாப் பார்த்துத்தான் இத வேண்டாம்னு தடுத்துட்டார்னு தோணுது” என்றான் செல்வம்.

அனைவரும் செல்வத்தை வியப்புடன் பார்த்தார்கள். செல்வம் தொடர்ந்து சொன்னான்:

“நாம இப்போ மாடு வாங்கிட்டுப் போறோம்னு வச்சிக்கிடுவோம். எங்க போய் மேய்க்கிறது? மேய்க்கிற நிலம் பூராவும் தங்கள் நிலம்னு சொல்லி அந்த உயர்ந்த சாதிக்காரங்க நம்மள மேய்க்க விடமாட்டாங்க. துணிஞ்சி மேய்ச்சோம்னா பட்டியில கொண்டுபோய் அடைச்சிரு வாங்க. தினம் பணங் கட்டித்தான் மாட்டையே மீட்கணும். இல்லாட்டி

மேய்க்கிற இடத்திலேயோ, அல்லது மாட்டைத் தண்ணி காட்டுற இடத்திலேயோ விஷத்தக் கலந்து கொன்னு போட்டாலும் போட்டுருவாங்க. இதுவும் நல்லதுக்குத்தான்.”

“நல்லதுக்குத்தான்னு சொல்றியே... இனி நாம் என்னடா செய்றது? சாப்பாட்டுக்கு எங்கடா போறது? எத்தன நாளுடா பட்டினியாக் கெடக்கிறது?” என்று வெறுப்போடு கத்தினான் குருஸ்.

“இனி என்ன செய்றது? யோசிக்க வேண்டியது தான். ஏதாவது ஒரு வழியக் கடவுள் நிச்சயம் காட்டுவாரு... அந்த நம்பிக்கை எனக்கு இருக்கு” என்றான் முத்து.

“ஆமா வழியக் காட்டுவாரு, பிறகு அடைப்பாரு...” என்று எரிச்சலுடன் கத்தினான் குருஸ்.

அதுவரை அமைதியாக இருந்த ஜெயா கண்ணீர் விட்டுப் புலம்ப ஆரம்பித்தாள்:

“ஏ ஐயா... எல்லாம் உன்னால வந்த வெனதானே... நீ பேசாம செத்திருந்தா நாங்க இந்தப்பாடு படுவோமா? இப்ப கஞ்சிக்கு ஒண்ணும் இல்லாமயில கஷ்டப்படுறோம். அந்த படுபாவிங்க நாங்க எங்க போனாலும் எங்களுக்குக் கெடுதல் செய்றாங்களே... நீ உன் வாழ்நாள் பூராவும் அவுங்கள அண்டாமலே வாழ்ந்து போயிட்ட. ஆனா, எங்களால கொஞ்ச நாளு கூட அவுங்கள எதுத்து வாழ முடியலையே... அவுங்க காலுலதான் போயி விழணுமா...?

புலம்பும் அவளை அடக்க நினைத்த செல்வத்தின் மனதில் திடீரென ஒரு திட்டம் உதயமானது.

சவரி அந்த உயர் சாதியினர்களைச் சார்ந்து வாழவே இல்லையே! காலமெல்லாம் அவர்களை எதிர்த்தே வாழ்ந்தானே? அவன் எப்படி வாழ்ந்தான்? தினமும் மலைக்குச் சென்று விறகு பொறுக்கி வந்து, அதை விற்றுத் தானே? சவரி ஆரம்பித்த போராட்டத்தைத் தொடங்கியிருக்கும் நாமும் ஏன் சவரியைப் போல் விறகு பொறுக்கி விற்று வாழ்க்கையை நடத்தக் கூடாதா? தனது மாற்றுத் திட்டத்தை உற்சாகத்துடன் கூறினான் செல்வம்.

அனைவரது முகத்திலும் மறுபடி மகிழ்ச்சி பரவியது. மாறும் உளம் கொண்ட மனிதர்களை நம்புவதைவிட மாறாத இயற்கையாம் மலையை நம்புவது சிறந்தது என்று அந்தப் புரட்சிக் கூட்டம் முடிவு செய்தது.

ஆனால், அதே நேரத்தில்-

பெரியவரும் சின்னவரும் தாங்கள் வங்கி அதிகாரியை மிரட்டி அரிசனங்களுக்கு அவர் உதவ முடியாமல் செய்ததை நினைத்து நினைத்து மகிழ்ந்தார்கள். அவர்கள் உயர் சாதிக் கிறிஸ்தவர்கள்!

சேரியை இரண்டாக்கியதை நினைத்து,

மிக்கேலை நாட்டாண்மை ஆக்கியதை நினைத்து,

கல்லறையை மறுபடியும் கட்ட வைத்ததை நினைத்து,

அவர்கள் வேலையில்லாமல் கிடப்பதை நினைத்து,

பசியால் அனைவரும் வாடுவதை நினைத்து,

வங்கி அதிகாரியை உதவ விடாமல் தடுத்ததை நினைத்து,

மகிழ்ந்தார்கள்.

அவர்கள் உயர் சாதிக் கிறிஸ்தவர்கள்!

ஆனால்-

அவர்கள் மகிழ்ச்சி நீடிக்கவில்லை.

அந்த அரிசனங்கள் மலைக்குச் சென்று விறகு பொறுக்கி வாழ்வதைக் கேள்விப்பட்டுக் கொதித்தெழுந்தார்கள்.

பசியும், பட்டினியுமாய்க் கிடக்கும் அரிசனங்கள்? விரைவில் தங்கள் காலடியில் வந்து விழுவார்கள் என்ற அவர்களது கனவில் ஒரு பேரிடி!

புதிதாக எழுந்திருக்கும் இந்தப் பிரச்சினையைத் தீர்ப்பதற்காக அந்த உயர் சாதியினர் சின்னவரின் வீட்டு முற்றத்தில் ஒன்று கூடினர்.

பிரச்சனையைச் சுருக்கமாகச் சொன்ன சின்னவர், "இவனுகள இப்படியே விட்டுவிடக் கூடாது. அப்படி விட்டுட்டா நம்மால இந்த ஊருல தலைநிமிர்ந்து வாழ முடியாது. எல்லாப் பயகளும் நம்மளச் சொடக்குப் போட்டுக் கூப்பிடுவான். நம்ம கௌரவம் எல்லாம் போயிரும். இதுக்கு உடனே ஏதாவது செய்தாகணும்" என்றார்.

"அவனுக பொறுக்கிட்டு வருகிற விறக வாங்காம இருந்தா என்ன செய்வாங்க" என்றார் ஒருத்தர்.

"அவுங்கள மலைக்குப் போகவிடாமப் பாதையெல்லாத்தையும் அடச்சிட்டா?" என்றார் மற்றவர்.

"என்ன, பெரியவரு வாயவே தெறக்கல. நாமதான் ஆளுக்கு ஆளு என்னத்தயோ சொல்றோம்" என்றார் ஒருவர்.

அதுவரை அமைதியாகத் தலை கவிழ்ந்து இருந்த பெரியவர் நிமிர்ந்து உட்கார்ந்தார். அனைவரையும் கூர்ந்து பார்த்தார். பிறகு தனக்கே உரிய பாணியில் பேச ஆரம்பித்தார்.

"ஆமா... நம்ம ஊரு தெற்குத் தெரு கடைசியில ஒரு பங்களா இருக்கே... அது என்ன தெரியுமா?"

"அது பாரஸ்டர் பங்களா."

"அங்க யாரு இருக்கா?"

"யாரு இருப்பா? பாரஸ்டர்தான் இருப்பார்."

"வேற யாரும் இல்லையா?"

"யாரோ கார்டு வாச்சருன்னு இருக்காங்க."

"அவுங்க வேலை என்ன தெரியுமா?"

"ஓ... ஏதோ ஐம்பது பைசா, இருபத்தைந்து பைசா வாங்கிட்டு மலையில விறகு பொறுக்க ஆளுகளை விடுவாங்க."

"அதுதான் அவுங்க வேலையினு தெரியுமா?"

"அதத்தானே அவுங்க செய்றாங்க."

"அவுங்க வேலை மலையப் பாதுகாக்கிறது."

"அப்படியா?"

"ஆமா... மலையில யாரும் விறகோ, மரமோ வெட்டாமப் பாக்குறதுதான் அவுங்க வேலை" என்றார் பெரியவர் உறுதியாக.

"அப்ப லஞ்சம் வாங்கிட்டு விறகு வெட்ட விடுறாங்களா?"

"ஆமாம்."

சின்னவரின் முகம் மலர்ந்தது.

"அப்படியா சங்கதி... அப்ப நாளைக்கே அந்த பாரஸ்டருட்டச் சொல்லி யாரையும் விறகுக்கு விடக் கூடாதுன்னு சொல்றேன். இனிமே அந்தச் சேரிப் பயக என்ன செய்றாணுகன்னு பார்ப்போம்" என்றார் மகிழ்வாக.

"அதத்தான் செய்யக் கூடாது" என்றார் பெரியவர் உறுதியாக.

"என்ன சொல்றீங்க? புரியலையே!" என்றார் சின்னவர்.

"அவுங்க மலைக்குப் போறதப் பாரஸ்டருட்டச் சொல்லித் தடுக்கக் கூடாதுன்னு சொல்றேன். அவனுக மலைக்குப் போனாத்தான் நமக்கு வெற்றி" என்றார் பெரியவர் நய வஞ்சகமாக.

"கொழப்பாம விஷயத்தச் சொல்லுங்க" பெரியவரின் திட்டத்தை அறிய வேண்டும் என்ற ஆவலில் கேட்டார் சின்னவர்.

பெரியவர் அங்கே கூறிய செய்தி அனைவரையும் வியப்பில் ஆழ்த்தியது.

முத்துவின் தலைமையில், செல்வத்தின் தூண்டுதலால் விறகுக்குச் செல்லும் அந்தப் புரட்சி விடுதலைக் கூட்டத்தை அடியோடு அழிக்கக் கூறப்பட்ட செய்தி அது.

அந்தச் செய்தியைக் கேட்டு உயர் சாதியினர் ஒவ்வொருவரும் மகிழ்ந்தார்கள்.

கோடி வீட்டுக்காரர் எவ்விதச் சலனமுமில்லாமல் அமைதியாகக் கேட்டுக் கொண்டிருந்தார்.

18

செல்வத்தைத் தவிர அந்தச் சாவடியில் படுத்திருந்த அனைவருமே அமைதியாகத் தூங்கிக்கொண்டிருந்தனர்.

செல்வம் தூங்காமல் எழுந்து அமர்ந்தான். அவனது எண்ணத்தை முழுமையாக ஆட்கொண்டிருந்தாள் ஜெயா. அவளோடு ஒரே வீட்டில் ஒரு சில நாட்கள் தங்கியிருந்த பொழுது நடந்த ஒவ்வொரு நிகழ்ச்சியும் அவனது நினைவில் எழுந்து இதயத்தை நிறைத்தது. அந்த நிலையில் தூக்கமா வரும்?

அவனது கையில் ஒரு சிறிய வெள்ளிக் காப்பு இருந்தது. விறகுக்குச் சென்ற அவன் சிறிது சிறிதாகப் பணத்தைச் சேகரித்து ஜெயாவுக்கென்று அதை வாங்கி வைத்திருந்தான். அவளது கரத்தில் அணிவித்து அவளை மகிழ்விக்க வேண்டும்; தானும் மகிழ வேண்டும் என்று ஆசைப்பட்டான். ஆனால்-

அதை அவளுக்குக் கொடுக்கலாமா...? அந்த எண்ணம் சில நாட்களாக அவனிடம் எழுந்து அவனை வாட்டியது.

காரணமில்லாமல் இந்த எண்ணம் அவனது இதயத்தில் எழவில்லை.

சிறிது நாட்களாக அந்த ஊரில் வாழும் அவன் இனத்து மக்கள் படும் கஷ்டத்தை உன்னிப்பாகக் கவனித்தான். ஒவ்வொரு குடும்பத்திலும் வறுமை, பசி, பட்டினி...

அவர்கள் படும் வேதனை அவனது இதயத்தைக் கசக்கிப் பிழிந்தது. இந்தப் பசியும், வறுமையும் இப்படியே இருக்க வேண்டுமா? சாதியின் பெயரால் சமூகத்தில் விடுதலை இல்லாமல் அடிமையாகவே என்றென்றும் இருக்க வேண்டுமா? இவர்களுக்கு மகிழ்ச்சியான சுதந்திர வாழ்வு பிறக்காதா? நல்ல காலம் வராதா...?

நினைத்த அவன் தீவிர சிந்தனைக்குப் பின் ஒரு முடிவிற்கு வந்தான். அந்தச் சேரி மக்கள் வாழ்வு முன்னேறச் சமூகத்தில் அவர்கள் மனிதர்களாக வாழ அந்தச் சேரி மக்களுக்காகத் தன் வாழ்நாள் முழுவதும் உழைப்பது என்று முடிவு செய்தான்.

அடுத்தவர்களுக்காக வாழ நினைக்கும் தனக்கும் குடும்பம், மனைவி, மக்கள் என்று இருந்தால் அவர்களைத் தான் கவனிக்க நேரிடும். ஊர்மீது கவனம் செலுத்த முடியாது. ஊரைக் கவனித்தால் குடுப்பத்தின் மேல் கவனம் இல்லாமல் போய்விடலாம். குருக்கள் திருமணம் செய்யாமல் வாழ்வதற்கு இதுவும் ஒரு காரணம்தானே.

ஊருக்காக வாழ அவன் முடிவு செய்ததால்தான் ஜெயாவை மறக்க எண்ணினான். அவளது நினைவை இதயத்திலிருந்து எடுத்து எறிந்துவிட முயன்றான். அதனால் தான் அவளுக்கென்று வாங்கிய வெள்ளிக் காப்பைக்கூடக் கொடுக்காமல் வைத்திருந்தான்.

ஆனால்- அதே சமயத்தில்-

எவ்வளவுக்கு எவ்வளவு அவளை மறக்க எண்ணினானோ அவ்வளவுக்கு அவ்வளவு முன்னிலும் அதிகமாக அவள் அவனை ஆட்கொண்டாள்.

ஜெயா தன்னை அன்பு செய்கிறாள், தன் நலனில் அக்கறை கொள்கிறாள், தான் செய்யும் ஒவ்வொரு அலுவலையும் கவனிக்கிறாள் என்ற எண்ணமானது அவனில் எழுந்து அவனை மகிழ்வால் நிறைத்தது. அவள் தன்னைப் பாராட்ட வேண்டும் என்பதற்காக மிகக் கவனமாக அனைத்தையும் சிறப்பாகச் செய்தாள். இந்த நிலையில் அவள் அவனது அலுவலுக்கு ஒரு பக்க பலமாக இருப்பாள் என்று எண்ணத் தோன்றியதே தவிர தடங்கலாக இருப்பாள் என்று நினைக்க முடியவில்லை.

இரண்டு மாறுபட்ட எண்ணங்கள் இதயத்தில் எழத் தூக்கமில்லாமல் தவித்தவனுக்கு உடனே ஜெயாவைப் பார்க்க வேண்டும் என்ற துடிப்பு ஆசை எழுந்தது.

அவன் வங்கிற்குச் சென்ற அன்றுதான் ஜெயாவை இறுதியாக தனியாகப் பார்த்தான். அதன்பின் தனியாகப் பார்க்கவே இல்லை. இத்தனை நாள் என்ன செய்தாளோ? சாப்பாட்டுக்கு என்ன செய்தாளோ? என்ற எண்ணம் இதயத்தில் தோன்ற அவளைப் பார்க்கும் ஆவல் மேலும் கூடியது.

அந்தச் சாவடியில் யாராவது விழித்திருக்கிறார்களா என்று பார்த்தான். யாரும் விழித்திருப்பதாகத் தெரியவில்லை.

அந்த வெள்ளிக் காப்பைப் பத்திரமாகத் தனது சட்டைப் பையில் வைத்துக் கொண்டான்.

சப்தம் செய்யாமல் எழுந்தான். மெதுவாகச் சாவடியை விட்டு வெளியே வந்தான். பின் தெருவைப் பார்த்தான். யாரும் நடமாடுவதாகத் தெரியவில்லை.

துணிந்து தெருவின் மறு கோடியில் இருந்த ஜெயாவின் வீட்டை நோக்கி நடக்க ஆரம்பித்தான். ஜெயாவின் வீட்டை அடைந்த அவன் கதவைத் தட்டுவதற்காக கதவில் கை வைத்தான்.

அப்பொழுது-

கதவு திறந்து கொண்டது.

ஜெயா புன்முறுவலுடன் நின்று கொண்டிருந்தாள்.

"வாங்க."

"ஜெயா... எங்கயும் போறயா?"

"இல்லையே... ஏன்?"

"பெறகு எப்படி நானு கதவத் தட்டுறதுக்கு முன்னாலயே கதவத் திறந்த?"

"அதுவா... உங்களுக்காகத்தான்."

"நானு வர்றது உனக்கு எப்படித் தெரியும்?" ஆச்சரியத்துடன் கேட்டான் செல்வம்.

"நீங்க வருவீக வருவீகன்னு தெனமும் முழிச்சிக்கிட்டே இருந்தேன். நீங்க வரவே இல்லை. இன்னைக்கும் அதே மாதிரி முழிச்சிக்கிட்டு இருந்தேன். தெருவுல யாரோ நடக்குற சப்தம் கேட்டுச்சி. நீங்களாத்தான் இருக்கும்னு நெனச்சிக் கதவைத் திறந்தேன்."

"ஜெயா" உணர்ச்சியில் என்ன சொல்வதென்றே அவனுக்குத் தெரியவில்லை. இவளையா மறக்க நினைக்கிறேன்!

இதயத்திலிருந்து ஒரு நீண்ட பெருமூச்சு புறப்பட்டது.

"ஏன், வாசல்லயே நிக்கிறீங்க? வாங்க உள்ள."

செல்வம் உள்ளே நுழைந்தான்.

"உக்காருங்க."

செல்வம் கீழே பாயில் அமர்ந்தான்.

அவன் அருகில் அமர்ந்த அவள் அவனையே இமைக்காமல் பார்த்துக்கொண்டிருந்தாள். பிறகு திடீரென்று அவனை வாரி அணைத்துத் தனது மடியில் படுக்க வைத்துக் கொண்டாள். இதமாக அவனது தலையைத் தடவி விட்டாள்.

"தலை ரொம்ப வலிக்குதா?"

"ஏன் ஜெயா அப்படிக் கேக்குற?"

"தெனம் மலைக்குப் போயி விறகு சுமக்கிறீங்களே? கஷ்டமா இல்லையா?"

"கஷ்டந்தான் ஜெயா தலையெல்லாம் வலிக்கு,"

தனது மடியில் இருந்த அவனது தலையை நன்றாக அழுத்தித் தேய்த்துவிட்டாள்.

"எங்க சாப்பிடுறீங்க?"

"குருஸ் வீட்டுல ஜெயா. நான் சம்பாதிக்கிற பணத்தில ஒரு பகுதிய அங்கதான் கொடுக்கிறேன்."

இருவரும் அமைதியாக ஒருவரை ஒருவர் பார்த்தபடி இருந்தனர்.

"ஜெயா நானு இங்க வரும்போது என்ன நெனச்சேன் தெரியுமா?"

"ஊகும்"

"நீ அழுவேன்னு நெனச்சேன் ஜெயா."

"எதுக்கு அழுவேனாம்?'

"என்ன இத்தனை நாளும் பார்க்க வராம ஏங்க வச்சிட்டீங்களேன்னு சொல்லி அழுவேன்னு நெனச்சேன் ஜெயா."

"நானு எதுக்கு அப்படி நெனக்கணும்?"

"......"

"உங்களப் பத்தி எனக்கு நல்லாத் தெரியும். சும்மா இருந்தீங்கன்னா கட்டாயம் பார்க்க வருவீங்கன்னு தெரியும். என்ன வேலையோன்னுதான் நெனச்சேனே தவிர உங்க அன்ப என்னால் சந்தேகப்பட முடியல."

"இவளையா... இந்த அன்பு ஜெயாவையா நானு மறக்க நெனச்சேன்." செல்வத்தின் இதயம் மறுபடி அழுதது.

"ஜெயா... வீட்டுல தனியா இருக்க கஷ்டமா இருக்கா?"

"தனியா இருக்கேன்னு யார் சொன்னா?"

"என்ன ஜெயா சொல்லுற. வீட்டுல இப்ப நீ தனியாத்தான இருக்க..."

"இல்லையே... உங்க நெனப்புத்தான் எனக்கு எப்பவுமே துணையா இருக்கே..."

அவளது ஒவ்வொரு சொல்லும் அவனது இதயத்தைத் தாக்கியது. அவளையே சிறிது நேரம் அமைதியாகப் பார்த்தான்.

பின்பு அவளது வலது கையை மெதுவாக எடுத்தான். பட்டுப் போன்ற மென்மையான அந்தக் கரங்களைத் தனது முத்தத்தால் நிறைத்தான். பின்பு அக்கரத்தோடு தனது கரத்தையும் சேர்த்து பின்னிப் பிணைத்தான். அவனது இதயத்தின் அடித்தளத்திலிருந்து மறுபடியும் அந்த ஆழ்ந்த பெருமூச்சு வந்தது.

"ஏன் இப்படி அடிக்கடி பெருமூச்சு விடுறீங்க?"

"ஜெயா... ஜெயா... ஜெயா..." உணர்ச்சியில் வார்த்தைகள் வெளிவரவேயில்லை.

அதே நிலைதான் ஜெயாவுக்கும். அவளது உதடுகள் உணர்ச்சியால் துடித்தன.

"ஜெயா... இப்ப நான் பிடிச்சிருக்கேன். இந்தக் கைதானே அன்னைக்கு மயங்கிக் கீழே கிடந்த என்னைத் தொட்டுச்சி. மொத மொத என்னைத் தொட்ட இந்தக் கைக்கு ஒரு பரிசு தரப்போறேன் ஜெயா."

ஜெயாவின் முகம் நாணத்தால் சிவந்தது. வியப்புடன் பார்த்தாள்.

"ஜெயா... உனக்கு ஞாபகம் இருக்கா. நானு சுகமில்லாம இருந்தப்போ என்ன எப்படி எல்லாமோ கவனிச்சிக்கிட்ட. ஆனா நான் கஷ்டப்படுறதுனாலதான் நீ எனக்கு உதவி செய்றயா... அல்லது உண்மையிலேயே என்ன நேசிக்கிறியான்னு தெரிஞ்சிக்கிட ஆசையா இருந்துச்சு. உன் கையைப் பிடிச்சி, அந்தக் கையில என் விரலால காதல்னு எழுதினேன். நீ அதுக்கு என்ன சொல்றியோன்னு பயந்தேன். ஆனா, நீ அந்த வார்த்தைகளை எழுதிய எங்கைக்கு முத்தங் கொடுத்த. உன் அன்பும் எனக்குத் தெரிஞ்சி போச்சி. என் அன்ப நான் மொத மொத வெளிப்படுத்தின அந்த உங்கைக்கு ஒரு பரிசு தரப் போறேன்.

அத உன் வாழ்நாள் முழுவதும் உன் கையில போட்டிருப்பியா ஜெயா? அதுமட்டும் எனக்குப் போதும் ஜெயா."

அவளது மகிழ்ச்சி சிறிது குறைய ஐயத்துடன் செல்வத்தைப் பார்த்தாள்.

"ஜெயா... அந்த உங்கைக்கு என்னென்னமோ செய்யணும்னு ஆசையா இருக்கு ஜெயா, அந்தக் கைக்கு தங்க வளயலு போடணும், கடிகாரம் வாங்கிக் கட்டணும், மோதிரம் செஞ்சி போடணும் அப்படீன்னு ஆச. அத நீ பாக்குற போதெல்லம் என்ன நெனப்பயில. அதே எனக்குப் போதும்... ஆனா அதெல்லாம் வாங்கிப் போட எனக்கு வசதியில்ல ஜெயா"

"கொஞ்ச நேரம் உளராம இருக்கிறீங்களா?"

"ஜெயா... வாங்கிப் போட வசதியில்லாத நானு... நான் கொடுக்கிற சின்னப்பொருள வாங்கிக்கிருவியா"

அமைதியாக ஜெயா அவனைப் பார்த்தாள்.

செல்வம் அவளது வலது கையிலிருந்த வளையல்களை மெதுவாகக் கழற்றினான்.

"என்ன செய்றீங்க...?"

வளையல்களைக் கழற்றிய அவன் அவளது கைக்குத் தான் கொண்டுவந்த வெள்ளிக் காப்பை அணிவித்தான்.

"ஜெயா... இது மிகச் சின்னப் பொருள். ஆனா நானு உழைச்சிச் சம்பாதித்து வாங்கியது. இத நீ எப்பவுமே போட்டுக்கிடணும் ஜெயா... இத நீ பார்க்கும்போதெல்லாம் என்ன நினைச்சுக்கோ. அது மட்டும் போதும். வேற ஒண்ணுமே எனக்கு வேண்டாம் ஜெயா"

"உங்களுக்குப் பைத்தியமா பிடிச்சிருக்கு... ஏன் இப்படி எல்லாம் பேசுறீங்க?"

"ஜெயா... எனக்குப் பைத்தியம் பிடிக்கல ஜெயா... தெளிவாகத் தான் பேசுறேன்... ஜெயா... எனக்காக நீ வாழ வேண்டாம். உங் கழுத்த வேறு யாருக்காவது நீட்டு. உங் கழுத்துல விழப் போற தாலிக்கயிறு என்னுடையதா இருக்க வேண்டாம்... உன் இதயத்துலயும் எனக்கு இடம் வேண்டாம்... ஆனா, என் ஞாபகமா இந்தக் கையில மட்டும் இந்தக் காப்பு என்னைக்கும் இருக்கட்டும். இந்தக் கை மட்டும் எனக்காக வாழட்டும்... ஜெயா... ஏதோ

பைத்தியக்காரத்தனமா உளருறேன்னு நெனச்சாலுஞ் சரி... உனது அன்பினால பைத்தியமா உளருற எனக்கு உன்கையத் தரமாட்டியா?" பரிதாபமாக ஜெயாவைப் பார்த்தான் அவன்.

"ஐயோ... ஏன் இப்படிப் பேசுறீங்க... என்னையே நானு தர்றேனே... எதுக்கு கைய மட்டும் கேக்குறீங்க...?"

"ஜெயா... நீ வாழ வேண்டியவ... என்னைக் கட்டிக்கிட்டு வாழ்நா பூராம் கஷ்டப்படக் கூடாது ஜெயா... நானு ஊரு ஊருன்னு உன்னக் கவனிக்காம போயிருவேன்... இல்லாட்டி உன்னக் கவனிச்சிட்டு ஊர மறந்திருவேன்... அப்படி ஒரு நில ஏற்படக் கூடாதுன்னுதான் ஜெயா நானு இப்படிச் சொல்றேன்... ஜெயா... ஜெயா... நானு சொல்றதக் கேளு. எனக்கு உன் கையில இந்தக் காப்பு மட்டும் இருந்தாப் போதும். எனக்காக என் ஜெயா தன் கையிலே காப்பு போட்டு இருக்கா... அந்தக் கை எனக்காகவே வாழ்ந்துக்கிட்டு இருக்கு என்ற நம்பிக்கையிலேயே நான் வாழ்ந்திடுவேன் ஜெயா..."

"ஐயோ... நானு ஏன்தான் பிறந்தேனோ... என்னக் காப்பாத்த ஒருத்தரு இருக்காருன்னு நெனச்சேனே... அவரு என்ன என்னமோ சொல்லி என்னக் கைவிடப் பாக்குறாரே... என்ன நடுத்தெருவில நிக்க வைக்கப் பாக்குறாரே..." ஜெயா கண்ணீர் விட ஆரம்பித்தாள்.

"ஜெயா... ஏன் அழறே... நீ துணிவு உள்ளவ. எதுக்கும் அஞ்சாதவ... எதயும் ஏத்துக்கொள்ளக் கூடியவ... இத நெனச்சி அழலாமா?"

"நானு ஒரு பொம்பள... எனக்குன்னு ஒரு ஆசையே இருக்கக் கூடாதா?"

"ஜெயா... எனக்கும் ஆசை இருக்கக் கூடாதா?"

"இப்பக் கடசியா என்ன சொல்றீங்க?"

"வேறொருத்தன நீ கலியாணம் பண்ணிக்கணும்னு சொல்றேன்."

"அதச் சொல்றதுக்கு நீங்க யாரு?" அதுவரை பேசிக் கொண்டிருந்த உணர்ச்சி ஜெயா தோல்வியடைய வீர ஜெயா விழித்துக் கொண்டாள்.

"ஜெயா... என்ன சொல்லுற...?" அதிர்ச்சியுடன் கேட்டான் செல்வம்.

"நானு இந்தக் கையில காப்புப் போட்டுக்கிட்டு வாழ்நாள் பூராவும் வாழணும்னுதான சொல்றீங்க...?"

"ஆமாம்."

வெடுக்கென்று அந்தக் காப்பைக் கழற்றி எறிந்து விட்டுப் பழயபடி வளையல்களை எடுத்து அணிந்து கொண்டாள். காப்பு தூரப் போய் விழுந்தது.

"ஜெயா..."

"உங்களுக்கு என் கைதானே வேணும். அந்தக் கையக் கூடத் தர நான் தயாரா இல்ல."

"ஜெயா..."

"நீங்க வெளிய போங்க."

"......"

"போங்க... வெளிய போங்க... இல்ல... இப்பக் கத்தி ஊரக் கூட்டுவேன்" உதடுகள் துடிக்கக் கூறினாள் அவள்.

செல்வம் வேதனையோடு வெளியே சென்றான்.

அவன் வெளியே செல்லவும் மறுபடியும் உணர்ச்சி ஜெயா விழித்துக்கொள்ள அவள் விம்மி விம்மி அழ ஆரம்பித்தாள்.

அந்த வெள்ளிக் காப்பு அங்கே மூலையில் கவனிப்பாரற்றுக் கிடந்தது.

19

உயர் சாதியினரது கூட்ட முடிவைக் கேட்டு அதிர்ச்சி அடைந்தார் கோடி வீட்டுக்காரர்.

நீதிக்காக, நேர்மைக்காகப் பாடுபடும் அந்த உயர்ந்த உள்ளங்களைக் கொடுமைப்படுத்த இப்படியா திட்டம் வகுப்பது? கிறிஸ்தவர்கள் செய்யக்கூடிய செயலா இது?

அவர்களுடைய சதித் திட்டத்தை எப்படியாவது முறியடிப்பது என முடிவு செய்தார் நல்ல உள்ளம் கொண்ட கோடி வீட்டுக்காரர்.

அவர்களது சதித் திட்டம் இதுதான்.

புதுக்குடிக்கு அருகில் உள்ள அந்த மேற்குத் தொடர்ச்சி மலையில் தேக்கு மரம் அதிகம்.

அவைகளைப் பாதுகாப்பதற்காகத்தான் அந்த வனப் பாதுகாப்பாளர்கள் இருந்தார்கள். ஆனால், வேலியே பயிரை மேயும் கதையாகத்தான் இருந்தது அங்கே இருந்த நிலை.

தேக்கு மரம் வெட்டுகிறவர்களிடம் ஐந்தோ பத்தோ வாங்கிக் கொண்டு அவர்களை வெட்ட அனுப்பிவிடுவார்கள். ஆனால், மாதத்திற்கு ஒருமுறை யாரையாவது பிடித்து ஜெயிலுக்கு அனுப்பிவிடுவார்கள்.

ஆனால், அவர்களுக்கு விதிக்கப்படும் அபராதத் தொகையை அதிகாரிகளே கட்டி மறுபடியும் மரம் வெட்ட மலைக்கு அனுப்பிவிடுவார்கள்.

தேக்கு மரம் வெட்டுபவர்களுக்கு ரூபாய் ஐந்நூறு முதல் ஆயிரம் வரை அபராதமோ ஆறு மாத ஜெயில் தண்டனையோ விதிக்கலாம்.

இந்தத் தண்டனையைத்தான் அரிசனங்களுக்கு வாங்கித் தர வேண்டும் என்று பெரியவர் கூறினார்.

விறகுக்குச் செல்லும் அவர்களை, கள்ளத்தனமாகத் தேக்கு மரம் வெட்டினார்கள் என்று பாரஸ்டருக்கு லஞ்சம் கொடுத்துப் பிடிக்கச் செய்து ஜெயிலுக்கு அனுப்பி வைப்பதுதான் அவரது திட்டம்.

அபராதத் தொகை கட்ட வேண்டும் என்றாலும் கடன் வாங்க அவர்களிடம்தான் வரவேண்டும். முத்துவின் ஆட்கள் சிறையிலேயே இருப்பதாக முடிவு செய்தாலும் வீட்டில் பெண்கள் வேறு வேலைக்குச் செல்ல முடியாமல் அவர்களிடம்தான் வேலைக்கு வர வேண்டும். எப்படியும் தங்களிடம் அந்தப் புரட்சிக் கூட்டத்தினரைச் சரணடைய வைக்க வேண்டும் என்று அவர்கள் திட்டமிட்டனர்.

இந்தத் திட்டத்தை முறியடிக்கத்தான் கோடி வீட்டுக்காரரர் முயன்றார். அந்தப் புரட்சிக் குழுவிடம் சொல்லி மறுநாள் அவர்களை விறகுக்குச் செல்லாமல் தடுக்க வேண்டும் என்று நினைத்தார்.

இதைத் தனது சாதியினர் யாருக்கும் தெரியாமல் செய்ய வேண்டும். தெரிந்தால் தனக்கே ஆபத்து வந்துவிடும் எனப் பயந்தார்.

எனவே நன்கு இருட்டிய பின் யாருக்கும் தெரியாமல் மறைந்து, பதுங்கிப் பதுங்கி, மெதுவாக அரிசனங்கள் வாழும் தெருவுக்கு வந்தார். முத்துவின் ஆட்கள் யாராவது வருவார்கள் என எதிர்பார்த்தார்.

அவர் எதிர்பார்த்தது வீண் போகவில்லை. அங்கே குரூஸ் வந்தான்.

அவனிடம் சுருக்கமாக விஷயத்தைச் சொல்லி மறுநாள் யாரும் விறகுக்குப் போக வேண்டாம் என்று எச்சரித்துவிட்டுச் சென்று விட்டார்.

மறுநாள்...

அந்தப் பாரஸ்டர் குழு விடுதலைக்காகப் போராடும் அந்த அரிசனங்களைப் பிடிக்க மலையடிவாரத்தை நோக்கிச் சென்றது.

பெரியவரும், சின்னவரும் உடன் சென்றார்கள்.

கோடி வீட்டுக்காரருக்கு ஓர் ஆசை. பெரியவரும், சின்னவரும் ஏமாறுவதைக் கண் கூடாகக் கண்டு மகிழ வேண்டும் என்று. எனவே, அவர்களுடன் இணைந்து இவரும் சென்றார்.

விறகுக்குச் சென்றவர்களைப் பிடிப்பதற்காக அந்தக் குழு மலையடிவாரத்தில் பதுங்கியிருந்தது. நேரம் சென்று கொண்டே இருந்தது.

நேரம் செல்லச் செல்லக் கோடி வீட்டுக்காரர் மகிழ்ந்து கொண்டிருந்தார். ஆனால்...

அவர் மகிழ்ச்சி வெகுநேரம் நீடிக்கவில்லை. அவர் மற்றவர்களோடு மலையைப் பார்த்துக் கொண்டிருந்த பொழுதே மலையிலிருந்து அந்த விடுதலைக் குழுவினர் விறகுக் கட்டுகளுடன் இறங்கி வந்து கொண்டிருந்தனர்.

அவர்களைப் பார்த்த கோடி வீட்டுக்காரர் அதிர்ச்சி அடைந்தார். குரூஸ் மற்றவர்களிடம் சொல்லவில்லையா? கூட்டத்தில் ஒருவனாக விறகு சுமந்து வந்த குரூசையே வேதனையோடு பார்த்தார்.

★★★

சிறைச்சாலையில் குரூசைத் தவிர மற்றவர்கள் அனைவரும் அமைதியாக எவ்விதமான சலனமுமின்றி உணர்ச்சியற்று அமர்ந்திருந்தார்கள்.

குரூஸ் மட்டும் சிறுபிள்ளையைப் போல விம்மி விம்மி அழுது கொண்டிருந்தான்...

"டேய்... இப்ப எதுக்குடா அழுகிற... அழுதாப்புல உன்ன விட்டுவிடுவாங்களா?" என்றான் செல்வம்.

"நானு அதுக்காக அழலடா... எம் முட்டாத் தனத்த நெனச்சி அழுகிறேன். பாரஸ்டர் நம்மப் பிடிப்பாருன்னு எனக்கு நேத்தே தெரியும்டா."

"என்னடா சொல்லுற நீ?" வியப்புடனும், அதிர்ச்சியுடனும் கேட்டான் முத்து.

கோடி வீட்டுக்காரர் முந்தைய இரவு சொன்ன அனைத்தையும் குரூஸ் அவர்களிடம் கூறினான்.

"அடப் பாவி... பிறகு ஏண்டா சொல்லல?"

"அவர் நமக்கு உதவுபவருன்னு எனக்குத் தெரியாதுடா... நானு அன்னைக்குச் சாமியார் முன்னால நடந்த ஊர்க் கூட்டத்துக்கு வராததுனால அவரப் பத்திச் சரியாத் தெரிஞ்சிக்கிடல. நானு என்ன நெனச்சேன்னா... நாம விறகுக்குப் போறதையும் இந்த மாதிரிப் பயங்காட்டிக் கெடுக்கப் பாக்கிறாங்களோன்னு நெனச்சேன். அதனால தான் நானு அத ஒருத்தருட்டயும் சொல்லல" என்றான் மிகுந்த வேதனையுடன்.

வேதனையுடன் ஒருவர் ஒருவரைப் பார்த்தபடி அந்தச் சிறையில் அமர்ந்திருந்தார்கள்.

முத்து ஆதரவாகக் குருசைத் தட்டிக் கொடுத்தார்.

ஆனால்-

இவர்கள் அனுபவித்த வேதனையைவிட அதிகமாக வேதனையை அனுபவித்துக்கொண்டு இருந்தார் சுவாமி யார் ஜோசப்.

அவர் தனது மன நிம்மதியைக் கொஞ்சம் கொஞ்சமாக இழந்துகொண்டிருந்தார்.

ஊர்க் கூட்டத்தில் அவர் நடந்துகொண்ட முறை நீதிக்குப் புறம்பானது என்று அவரது மனச்சாட்சி அவரைக் குத்திக்கொண்டே இருந்தது.

அதோடு இப்பொழுது முத்துவும், அவனைச் சார்ந்தவர்களும் அனுபவிக்கும் வேதனை தன்னால் வந்ததுதான் என்று எண்ணி வேதனைப்பட்டார்.

இந்த நிம்மதியற்ற நிலையில் சுவாமியார் ஜோசப் தூக்கமில்லாமல் சோர்ந்து, தெம்பிழந்து, அருளிழந்து நடை பிணமாகக் காட்சி தந்தார்.

நடு நிலைமையுடன் இருக்க வேண்டிய அவர், அந்த நடு நிலையிலிருந்து தவறி விழுந்துவிட்டு எப்படி எழுவது என்று தெரியாமல் விழித்துக்கொண்டிருந்தார்.

'நான் ஏன் முத்தயும் அவனைச் சேர்ந்தவங்களையும் ஊருல இருந்து விலக்கினேன்? எத வைத்து அப்படிச் செய்தேன்? அப்படிச் செய்ய எது என்னைத் தூண்டியது? பேசாம அன்றைய கூட்டத்த ஒத்திப்போட்டிருக்கலாமே? ஏன் அப்படிச் செய்யல? அப்படிச் செய்யாம என்னத் தடுத்தது எது? உயர் சாதியினரிடம் பயமா? அவர்களப் பிரியப்படுத்தணுங்கிற எண்ணமா? ஏன் அவர்களப் பிரியப்படுத்தணும்? எதுக்காக அவர்கள் தயவ நாடணும்? எதுக்காக கல்லறச் சுவர மறுபடி கட்டச் சம்மதித்தேன்? செய்த தவற நினைத்துத் திருந்தாம ஏன் தொடர்ந்து இதுலயே இருக்கிறேன்? அவர்கள ஊருல சேர்த்துக்கிடணும்னு மிக்கேல்ட்டச் சொல்லலாமே?

எனது வயல்ல அவங்க எல்லாருக்கும் வேல கொடுக்கலாமே? வேல கொடுக்க நானு ஏன் பயப்படணும்? சாதிக் கலவரம் வந்துரும்னு சொல்றதெல்லாம் வெறும் மனப்பிரமைதானா? நானு செய்யிற செயல நிலைநாட்ட எனக்கு நானே சொல்லும் சப்பக் கட்டா? ஏன் இந்த விடுதலைக் கூட்டத்துக்கு உதவப் பயப்படுகிறேன்? உதவ முடியாம என்ன ஏதோ தடுக்குதே? அது எது? என் சுயநலமா? என்ன

அறியாம உயர்ந்தவுங்க பேருல இருக்கிற ஒரு பற்றுதலா? இல்ல, இதத்தான் என் உள் மனமும் விரும்புதா? இல்ல, நானும் உயர் சாதிங்கிற எண்ணமா? எது? எது? எது?'

மனங் குழம்பித் தவித்துக்கொண்டிருந்த அவரது தவிப்பை மேலும் அதிகமாக்கியது அவர் கேட்ட செய்தி.

இவுங்க மேல தேக்கு மரம் வெட்டுனதா பொய்க் கேஸ் போட்டிருக்காங்களாமே...? ஐநூறு ரூபா அபராதம்... இல்லாட்டி ஆறு மாதம் ஜெயிலாமே? இவுங்களால எப்படி அந்தப் பணத்தக் கட்ட முடியும்? பணம் கட்ட முடியாம ஆம்பிளைங்க ஜெயில்ல இருந்தா வீட்டுல பொம்பளைங்க பிள்ள குட்டிகள வச்சிக்கிட்டு என்ன செய்ய முடியும்? எப்படிக் கஞ்சி ஊத்த முடியும்? பட்டினி கிடந்து செத்துல போகும்?

நினைத்து நினைத்து ஏங்கி வேதனைப்பட்ட சுவாமி ஜோசப் ஒரு முடிவிற்கு வந்தார்.

இனியும் தொடர்ந்து இப்படி இருக்காமல் சிறையிலிருக்கும் அவர்களை மீட்க எப்படியும் உதவி செய்ய வேண்டும் என்றும், பணம் தேவை என்று அந்தப் பெண்கள் வந்தால் எல்லாருக்குமே பணம் கொடுத்து அந்த விடுதலை வீரர்கள் வெளிவர உதவ வேண்டும் என்றும் முடிவு செய்தார்.

அதே சமயத்தில் பெரியவரும், சின்னவரும் பணத்தை வைத்துக்கொண்டு காத்திருந்தார்கள். அந்தச் சேரிப் பெண்கள் தங்கள் கணவர்களை மீட்கப் பண உதவி கேட்டு எப்படியும் வருவார்கள். அவர்களுக்குப் பண உதவி செய்து அவர்களைக் கொத்தடிமைகளாக வாங்கி விட வேண்டும். இதுதான் அவர்களது திட்டம்.

20

பதினைந்து நாள் காவலில் இருந்த அந்த விடுதலைக் கூட்டத்தை அன்று நீதி மன்றத்திற்குக் கொண்டு சென்றார்கள்.

தங்களுடைய மனைவியர் எப்படியும் தங்களைக் காப்பாற்றி விடுவார்கள் என்ற நம்பிக்கையில் அவர்கள் நீதிமன்றத்திற்குச் சென்றார்கள்.

அவர்கள் நம்பிக்கை வீண் போகவில்லை. அங்கே திதி மன்றத்தில் விதிக்கப்படும் அபராதத்தைக் கட்டி அவர்களை வீட்டுக்கு அழைத்துச் செல்ல அவர்களது மனைவியர் அங்கே காத்துக்கொண்டிருந்தார்கள்.

சுவாமியார் எதிர்பார்த்ததற்கு மாறாக யாரும் அவரிடம் பண உதவி கேட்கவில்லை. அவரிடம் சென்றால் உதவி கிடைக்கும் என்ற எண்ணமே அவர்களுக்கு எழவில்லை. சுவாமியார் உயர் சாதியினரோடு சேர்ந்துவிட்டார் என்றே எண்ணினர். சுவாமியாரின் செயல் அவர்களது மனதை அவ்வளவு தூரம் கடினமாக்கிவிட்டது.

உயர் சாதியினரிடம் சென்று கேட்டால் கட்டாயம் பணம் கிடைக்கும் என்ற நம்பிக்கை அவர்களுக்கு இருந்தது. ஆனால்...

எப்படிச் செல்வார்கள் அவர்கள்? தங்களது கணவர்களது வீரத்திலும் துணிவிலும் அவர்களுக்கும் பங்கில்லாமலா போய்விடும்? அந்த உயர் சாதியினர் பணத்தைச் சும்மா கொடுத்தால்கூட அவர்கள் வாங்கத் தயாராயில்லை. அதிலும் ஏதாவது சூழ்ச்சி இருக்குமென்று எண்ணுவார்களே தவிர உண்மையான உதவி என்று எண்ண மாட்டார்கள் அவர்கள்.

வறுமையில் துடித்த அவர்கள் அந்த நேரத்திலும் தங்கள் வீட்டிலுள்ள பாத்திரங்களையும் தாலிக் கயிற்றிலுள்ள மிளகு அளவு தங்கத்தையும், வளர்த்த கோழிகளையும் நம்பினார்களே தவிர சுவாமியாரையோ, உயர் சாதியினரையோ நம்பவில்லை.

பாத்திரங்களையும் தாலியையும் கோழிகளையும் விற்று அப்பெண்கள் தேவையான பணத்தைச் சேகரித்தனர்.

பசியால் வாடித் துடித்த தங்கள் குழந்தைகளுக்குக் குப்பைக் கீரையைப் பறித்துச் சமைத்துக் கொடுத்தார்கள். தங்கள் கணவர்களை

எப்படியும் சிறையிலிருந்து மீட்டு வந்துவிட்டால் அவர்கள் தங்கள் வாழ்வுக்கு ஏதாவது வழி செய்வார்கள் என நம்பினார்கள்.

நீதிமன்றத்திற்கு வந்துகொண்டிருந்த அந்த விடுதலைக் கூட்டத்தில் செல்வம் மட்டும் மகிழ்வின்றிக் காணப்பட்டான். அவனது மகிழ்வின்மைக்குக் காரணமிருந்தது.

மற்றவர்களை மீட்டுச் செல்ல அவர்கள் மனைவியர் வருவர் என்ற நம்பிக்கை இருந்தது. ஆனால், அவனுக்கு யார் இருக்கிறார்கள்? அவனுடைய தந்தை நிச்சயம் வர மாட்டார் என்று தெரியும். வந்தால் ஜெயா மட்டும்தான் வரலாம். அவளையும்தான் அவன் கோபமூட்டி வெறுப்படையச் செய்துவிட்டானே. அவள் எப்படி வருவாள்?

முதன் முறையாகத் தான் ஓர் அனாதை என்ற எண்ணம் அவனுக்கு ஏற்பட்டது. ஊருக்கு உழைக்கும் எல்லோரும் இறுதியில் அனாதைகளாக ஆகவேண்டியது தானா...?

மற்றவர்களோடு நீதி மன்றத்திற்கு வந்த செல்வம், அங்கே அவர்களை மீட்பதற்காக நின்ற கூட்டத்தைக் கண்டு திகைத்துப் போனான். காரணம்-

அங்கே அவனுடைய ஜெயா, அவனையே பார்த்தபடி உதடுகள் துடிக்க நின்றுகொண்டிருந்தாள். அவளுடைய கையில் காப்பு இல்லை.

செல்வத்தை அக்கோலத்தில் பார்க்கவும் அவளது கண்களில் கண்ணீர் ஊற்றெடுத்தது. வளையல்கள் குலுங்கத் தனது கண்ணீரை மெதுவாகத் துடைத்தாள் அவள்.

செல்வம் குலுங்கும் அந்தக் கை வளையல்களையே பார்த்தான்.

அங்கே... அந்த நீதி மன்றத்தில் அதன்பின் எல்லா நிகழ்ச்சிகளும் மிக வேகமாக நடந்தன. ஒரு மணி நேரத்திலேயே அனைவரும் வெளிவந்து விட்டார்கள்.

நீதி மன்றத்திற்கு வேனில் அழைத்துச் செல்லப்பட்ட அவர்கள் நீதி மன்றத்தைவிட்டு வெறுமனே அனுப்பப்பட்டார்கள்.

வெளியே வந்த அவர்கள் தங்களை மீட்ட தங்களது மனைவியர்களைச் சந்தித்து, அவர்களது கண்ணீரைத் துடைத்தனர்.

ஜெயா தனியாக நின்றுகொண்டிருந்தாள். செல்வம் அவளிடம் சென்றான்.

அவனைக் கண்ட ஜெயாவின் உதடுகள் துடிக்க மறுபடியும் அழ ஆரம்பித்தாள்.

"ஜெயா... அழாத... எதுக்கு அழுகிற...? அதான் நீ என்னக் காப்பாத்திட்டயில... சந்தோஷப்படு ஜெயா..." அவன் அவளது கண்ணீரைத் துடைத்தான்.

"ஜெயா... நான் கொடுத்த காப்ப வித்தா என்னக் காப்பாத்தின...?"

"இல்ல... அத நான் தொடவே மாட்டேன்... வீட்டுல பானை, குடம் இருந்துச்சு... அதத்தான் வித்தேன்."

செல்வம் பெருமூச்சு விட்டான்.

"என்ன எப்பவாச்சும் நெனச்சீங்களா?"

"ஜெயா... நானு உன்ன நெனக்காம வேறு யார நெனைக்கப் போறேன்... எனக்குப் பணங் கட்ட ஒருத்தரு முயற்சி செய்யணும்னா அது நீயாகத்தான் இருக்கணும்னு நெனச்சேன். ஜெயா, என் நெனப்ப நீ உண்மையாக்கிட்ட..."

"இனிமேலும் என் கையில காப்புப் போட்டு அது மட்டும் போதும்னு கேப்பீங்களா?"

"ஜெயா... என்னக் கொல்லாத ஜெயா...நானு அணுஅணுவாச் செத்துக்கிட்டு இருக்கேன். என்ன மேலும் வதைக்காத ஜெயா..."

"என்னக் கலியாணம் செஞ்சுங்கோங்கன்னு கேக்கிறதுகூடவா உங்களக் கொல்லுறது மாதிரி இருக்கு? அப்படி நானு உங்களுக்கு என்ன செஞ்சுட்டேன்? உங்களக் கொல்லுற அளவுக்கா மாறிட்டேன்...?" அவளது கண்கள் மீண்டும் நீரை வடித்தன.

"இல்ல ஜெயா... நீ காட்டுற அன்புதான் ஜெயா என்னக் கொல்லுது... நீ என்மேல வச்சிருக்க நம்பிக்கய நெனச்சு நானு பயப்படுறேன் ஜெயா... உன்னக் கலியாணம் பண்ணிட்டு நாம்பாட்டுக்கு ஊரு வேலயச் செஞ்சிக்கிட்டு இருந்தா உன்நிலம என்னாகும்னு நெனச்சித் தான் ஜெயா பயப்படுறேன்."

"ஏன் இப்படியெல்லாம் பேசிக்கிட்டு... என்னக் கலியாணம் செஞ்சிட்டு நீங்க எந்த வேலையும் பாருங்க. உங்களுக்குத் துணையா நானு எப்பவும் இருப்பேனே தவிர உங்களுக்குத் தடையா இருக்கமாட்டேங்க..."

"........."

என்னங்க பேசாம இருக்கிறீங்க...? உங்களுக்கு நான் தடையா இருப்பேன்னு நீங்க நெனச்சா நானு உங்களுக்கு ஒண்ணு சொல்றேங்க. நீங்க என்னக் கலியாணம் செய்துக்கோங்க. உங்களோட ஒரே ஒரு நாள் வாழ்றேன். அப்புறம் நீங்க என்ன விட்டுட்டு ஊரு வேலயக் கவனிங்க. நானு அந்த ஒருநா வாழ்க்கைய நெனச்சி நெனச்சி என் வாழ்நாளையே கழிச்சிருவேங்க."

"ஜெயா... உணர்ச்சியில இப்ப நீ இருக்கிற... எப்பவுமே உணர்ச்சியில முடிவு எடுக்கக்கூடாது ஜெயா..."

"நானு இப்ப உணர்ச்சியில்தாங்க முடிவு எடுக்கிறேன்... ஆனா இந்த உணர்ச்சி சாகாத உணர்ச்சிங்க... மாறாத உணர்ச்சிங்க... தணியாத உணர்ச்சிங்க... இந்த உணர்ச்சி எப்பவுமே எங்கிட்ட இருக்குங்க..."

அவளது ஏக்கப் பார்வை கூரிய ஈட்டியாக அவனது இதயத்தைத் துளைத்தது. அவளையே பார்த்தான் செல்வம். பிறகு நிதானமாகக் கூறினான்.

"ஜெயா... எனக்கு யோசிக்கக் கொஞ்சம் அவகாசம் கொடு."

ஜெயா வேதனையோடு தலை குனிந்து கொண்டாள்.

அந்த விடுதலைக் கூட்டம் புதுக்குடியை நோக்கிச் சென்று கொண்டிருந்தது. இனி என்ன செய்வது? ஒன்றும் புரியவில்லை அவர்களுக்கு.

அவர்கள் கண்களுக்கு எதிர்காலம் இருண்டதாகப் பட்டது.

பலருடைய மனதில், பேசாமல் முதலாளிகளின் கால்களில் விழுந்து சரணடைந்து விடலாம் என்ற எண்ணம் தலை தூக்கியது.

பசித்தவன் வயிறு சோற்றை நாடாமல் கொள்கையையா நாடும்? அவர்களுடைய மனைவி, மக்களின் பட்டினி அவர்களை இந்த நிலைக்குக் கொண்டு வந்தது.

சிலர், வருவது வரட்டும்; தொடர்ந்து போராடலாம் என்று இருந்தனர்.

அடுத்து என்ன செய்வது என்று தெரியாமல், முத்துவும் செல்வமும் விழித்துக் கொண்டிருந்தனர்.

21

முத்துவைத் தலைமையாகக் கொண்ட அந்த விடுதலைக் குழு அந்தச் சாவடியில் ஒன்று கூடியது.

அந்தக் கூட்டத்தில் வெகுநேரம் அமைதி நிலவியது. முகத்திலும் வேதனை பிரதிபலித்தது. ஒருவருமே பேசவில்லை. என்ன பேசுவார்கள் அவர்கள்? எதைப் பேசுவார்கள் அவர்கள்?

"இப்படியே குத்தவச்சிக்கிட்டு இருந்தா எப்படி? ஏதாச்சும் பேசுங்க" என்று ஆரம்பித்தான் அந்த அமைதியைத் தாங்கமுடியாத ஒருவன்.

"எதப் பேசுறதுன்னு தெரியாமத்தான் எல்லாரும் முழிச்சிக்கிட்டு இருக்கோம்."

"இனி பேசுறதுக்கு என்ன இருக்கு? இனிமேலும் எம் பொண்டாட்டி பிள்ளக பட்டினியாகக் கெடக்கிறத என்னால தாங்க முடியாது. பேசாம முதலாளிக் காலுல விழுந்திடப் போறேன்" என்று ஆரம்பித்தான் ஒருவன்.

"அதுதான் சரின்னு எனக்குப் படுது" என்றான் அவனைத் தொடர்ந்து மற்றொருவன்.

"அப்ப நாம இதுவரைக்கும் கஷ்டப்பட்டு போராடியதெல்லாம் வீணாப் போகவா?"

"வேற வழி ஒண்ணும் இல்லாட்டி அதத்தான் செய்ய முடியும்? அதுக்காகப் பட்டினி கெடந்து சாகவா செய்வாக."

"இந்த உலகத்துல வாழ்ந்து என்னத்தக் கண்டுட்டோம்? ஏதோ துணிஞ்சு நின்னு கஷ்டப்பட்டுச் செத்தாலாவது நாலுபேரு மனம் மாறும், நம்ம மானமும் நிக்கும்."

"ஆமா... பல்லுமேல நாக்கப் போட்டு என்ன வேணும்னாலும் பேசலாம்... ஆனா, நடக்கணுமே? எவன் எங்க பொதைக்கப் பட்டாத்தான் என்ன? நம்ம பொணம் உயர்ந்த சாதிக்காரங்க கல்லறயில பொதைக்கப்பட்டா சாதி வித்தியாசம் போயிறவா போகுது? இல்ல கோயில்ல பெஞ்சில உக்காந்தாப்புல சாதி

வித்தியாசம் போயிறப் போகுதா...? என்னமோ... வரட்டுக் கௌரவத் துக்கு ஆசப்பட்டு என்னென்னமோ செஞ்சிட்டோம்... பேசாம முதலாளிக காலுல விழுந்திர்றதுதான் நல்லது."

"ஏன்...? சாமியாருட்டப் போயி வேல கேட்டா என்ன? கோயிலு நெலந்தான் ஊருக்கே வேல கொடுக்கிற அளவுக்கு இருக்கே...?"

"அட நீ ஒண்ணு... நீ வேலயக் கேட்ட உடனே அவரு கொடுக்கிற மாதிரில பேசுற... நம்ம ஊர விட்டு வெலக்குன அவரா கொடுப்பாரு? டேய்... எந்தச் சாமியாருடா இதுவரைக்கும் நம்ம மாதிரிக் கஷ்டப்படுறவுக பக்கம் இருந்திருக்காரு? சாமியாருக எல்லாம் சும்மாடா... அவுங்க பணக்காரங்க பக்கந்தாண்டா சேருவாங்க... என்னைக்கு இவுங்ககிட்ட இருக்கிற நெலமும், பணமும் அதிகாரமும் போகுதோ அன்னைக்குத்தாண்டா இவுங்க நம்மள மாதிரிக் கஷ்டப்படுறவுக பக்கம் சேருவாங்க."

"ஆமாண்டா... சாமியாருட்டப் போறதுக்குப் பதிலா நேரா மொதலாளிகிட்டயே போயிறலாம்."

"நாம எதுக்கு இந்த ஊருல இருக்கணும்? பேசாம வேற ஊருக்குப் போயிட்டா என்ன? வேலையா கெடைக்காது? அதுதான் நெல்லு அறுக்கப் போறாங்க. எங்க போனாலும் வேல கெடச்சுட்டுப் போகுது."

"சரி... வளவளன்னு என்ன பேசிக்கிட்டு? சீக்கிரமா ஏதாவது சொல்லுங்க. நல்லதுன்னா எல்லாரும் சேர்ந்து செய்வோம். அப்படி எல்லாராலயும் ஒத்துக்கிட முடியலைனா செய்றவுங்க செய்யட்டும். செய்ய முடியாதவுங்க மொதலாளிக காலுல போயி விழுகட்டும், அம்புட்டுத்தான்."

"எனக்குப் பார்க்க எல்லாருமே ஒண்ணாப் போயி விழுந்துறலாம்னு தோணுது."

"என்னப்பா செல்வம்... வாயத் தெறக்காம உக்காந்திருக்க...? படிச்ச பிள்ள... ஏதாச்சும் சொல்லு..."

செல்வம் எல்லாரையும் பொதுவாகப் பார்த்தான். பின் ஒவ்வொருவரையும் ஊடுருவிப் பார்த்தான். ஒவ்வொருவரிடமும் தனித் தனியாகக் கூறுவதுபோலச் சொன்னான்.

"எனக்குப் பார்க்க இன்னொரு தடவ முயற்சி பண்ணலாம்னு தோணுது."

"அதான் என்ன முயற்சின்னு சொல்லேன்."

“சொல்றேன். கேளுங்க. நாம பரம்பர பரம்பரயா மொதலாளிக வயலுல வேல செய்றோம். அவுங்க வயலுல போயி துணிஞ்சி வேலை செய்ய நமக்கு உரிமை இருக்கு. அத அவுங்க தடுக்க முடியாது. மறுக்கவும் முடியாது. நாம என்ன கூலிய ஒயத்தியா கேக்குறோம்? அப்படியே கூலிய ஒயத்திக் கேட்டாக்கூட நம்ம உரிமயப் பறிக்க அவுங்களுக்குச் சுதந்திரமில்ல.”

“அடச் சொல்லுறது எல்லாஞ் சரிதான். என்ன செய்யலாம்னு சீக்கிரமா சொல்லு.”

“அதத்தான் சொல்லப் போறேன். இன்னும் ரெண்டு மூணு நாளுல அறுவட ஆரம்பிச்சிரும். மொதல்ல சின்னவரு அறுவட தான். அதனால் எல்லோரோடயும் நாமும் அருவாளத் தூக்கிக்கிட்டு அறுவடைக்குப் போவோம்.”

“நம்மள உடனே அறுக்கவா விட்டுருவாங்க?”

செல்வம் உணர்ச்சியுடன் வீரமாகக் கூற ஆரம்பித்தான்:

“மாட்டாங்க... ஆனா நாம காராணங் கேப்போம்... கல்லறயக் காரணங் காட்டி அறுக்கக் கூடாதுன்னா, அது வேற பிரச்சன... இது வேற பிரச்சனைன்னு மறுத்துச் சொல்லுவோம். அதுலையும் கேக்கலைனா அறுவட செய்றதுக்கு நமக்கு உரிம இருக்குன்னு சொல்லுவோம். அதுலயும் கேக்கலைனா துணிஞ்சி வயலுல இறங்கி அறுப்போம். அவுங்களால என்ன செய்ய முடியும்? நம்மள அடிக்க முடியுமா? இல்ல வயல்ல இருந்துதான் விரட்ட முடியுமா? அவுங்க தடுக்க முயற்சி செய்தாங்கன்னா அவுங்களுக்குப் பாடம் கற்பிக்கிறது மாதிரி துணிந்து ஏதாவது செய்வோம்.”

செல்வம் கூறிய சொற்கள் அவர்களுடைய இதயத்தில் உறங்கிக் கொண்டிருந்த போராட்ட உணர்ச்சியை மறுபடியும் விழிப்படையச் செய்தன.

இறுதியாக ஒரு கை பார்த்துவிடலாம் என்ற வெறி அவர்களிடம் ஏற்பட்டது.

வயலில் துணிந்து இறங்கி அறுவடை செய்யலாம் என்று ஏகமனதாக முடிவு செய்தார்கள். முத்து மகிழ்ந்தான்.

அப்பொழுது,

இரவில் வயல் புறம் ஒதுங்குவதற்கு வந்த மிக்கேல் அங்கே புரட்சிக் குழு இரகசியமாகப் பேசுவதைக் கண்டு இருளோடு இருளாக

ஒன்றித்து அவர்கள் அருகில் சென்று அவர்கள் பேசியதை ஒட்டுக்கேட்டதை யாருமே அறியவில்லை.

★★★

மறுநாள் அறுவடை... அன்றிரவு சாவடியில் படுத்திருந்த செல்வத்திற்கு உறக்கம் வரவில்லை. மறுநாள் நிலைமை எப்படி ஆகுமோ என்று அவனுக்கு ஒரே பயம். விபரீதமாக எதுவும் நடந்துவிடக் கூடாதே என்று பயந்து பயந்து செத்தான். தீர்மானத்திற்கும் அதனைச் செயலாற்றுவதற்கும் இடையேதான் மனதில் எத்தனை போராட்டங்கள்? எத்தனை தடுப்புச் சுவர்களைத் தாண்ட வேண்டியுள்ளது?

அறுவடைக்கு வயலில் இறங்கும் பொழுது உயர்சாதியினர் தடுத்தால் அவர்களை எதிர்த்து நின்று வயலில் இறங்குவது அவனுக்குப் பெரிய செயலாகப் படவில்லை.

ஆனால்-

அந்த உயர்சாதியினர் கைக்கூலிகளாய் இருக்கும் அவர்கள் இனத்து மக்களே எதிர்த்தால்...? அவர்கள் சண்டைக்கு இழுத்தால்...? அதனால் கலகம் மூண்டால்...? அடிதடி, குத்து, வெட்டு என்று ஏதாவது நடந்தால்...? இதை நினைத்துத்தான் மிகவும் பயந்தான் செல்வம்.

நினைக்க நினைக்க அவனது வேதனை அதிகரித்தது. ஏன்தான் இப்படியொரு திட்டத்தைக் கூறினோமோ என்ற உணர்வு கூட அவனுக்கு ஏற்பட்டது. இந்த நிலையில் அவனுக்குத் தூக்கமா வரும்?

குழப்பத்தால் தூக்கமின்றித் தவித்த அந்த நேரத்தில் ஜெயா அவனது நினைவில் தோன்றினாள்.

ஜெயாவுக்கு ஒரு பதில் கூறுவதாகச் சொன்னது நினைவிற்கு வந்தது. என்ன பதில் கூறுவது? சிந்தித்தான். ஒரு முடிவிற்கும் அவனால் வர முடியவில்லை.

ஜெயாவை நினைத்த அவனுக்கு அவளைப் பார்க்க வேண்டும் என்ற ஆசை எழுந்தது. ஆசையை அடக்க முயன்றான். முடியவில்லை. எவ்வளவுதான் அவன் கட்டுப்படுத்திப் பார்த்தாலும் அந்த ஆசை கொஞ்சம் கொஞ்சமாக எழுந்து வளர்ந்தது.

எழுந்தான். மெதுவாக, மிக மெதுவாக ஜெயாவின் வீட்டை நோக்கி நடந்தான். அவளது குடிசையின் கதவைப் பார்த்தான். கொஞ்சமாகத் திறந்திருந்தது.

முன்பு போல் நான் வருவேன் என்று விழித்திருக்கிறாளோ?

கதவைத் தள்ளிக்கொண்டு மெதுவாக வீட்டினுள் நுழைந்தான். மூலையில் இப்பொழுது அணைவோமா... பிறகு அணைவோமா என்று எரிந்து கொண்டிருந்த அந்த மண்ணெண்ணெய் விளக்கைச் சிறிது தூண்டினான்.

அந்த ஒளியில் ஜெயாவைப் பார்த்தான். அவள் நிம்மதியாக உறங்கிக் கொண்டிருந்தாள். மூலையில் அன்று வீசி எறிந்த அந்தக் காப்பு அப்படியே கிடந்தது.

செல்வம் அவள் பக்கத்தில் சென்று அமைதியாக அமர்ந்தான். சலனமற்ற அவளது முகத்தையே பார்த்தான். பார்த்துக்கொண்டே இருந்தான்.

அவளையே பார்த்த அவனுக்கு, உங்களோடு ஒரு நாளாவது வாழவேண்டும் என்று ஜெயா கூறிய சொற்கள் நினைவிற்கு வந்தன.

அவளோடு அன்றே, அப்பொழுதே ஒன்றாக வாழ வேண்டும் என்ற எண்ணம் மெல்ல எழும்பி அவனை நிறைத்தது.

செல்வம் மெதுவாக அவளது முகத்தை நோக்கிக் குனிந்தான். உஷ்ணப் பெருமூச்சு அவனது இதயத்திலிருந்து எழுந்தது.

சூடான காற்று தன் உடலில் பட, அதனால் தூக்கம் கலைய விழித்துப் பார்த்தாள் ஜெயா.

தனக்கு முன்னால் செல்வம் குனிந்துகொண்டிருப்பதைக் கண்டாள். அவளது இதழ்கள் துடித்தன.

"எப்ப வந்தீங்க?"

செல்வம் பேசவில்லை.

"என்ன அப்படிப் பார்க்கிறீங்க?"

ஏக்கத்துடன் பார்த்தான் செல்வம்.

அவனது ஏக்கப் பார்வை ஜெயாவின் இதயத்தைத் துளைத்தது. அவளது ஒவ்வொரு அங்கமும் துடித்தது. பறவையாய் மாறி வானில் பறப்பதுபோல ஓர் உணர்ச்சி ஏற்பட்டது.

மெதுவாக அவனது கரங்களைப் பற்றினாள். தனது முகத்திற்குக் கொண்டு சென்று அக்கரங்களுக்கு முத்தம் கொடுத்தாள்.

செல்வம் இமைக்காமல் அவளைப் பார்த்தபடியே இருந்தான். நேரம் சென்று கொண்டே இருந்தது.

கோழி கூவிற்று.

தனது பணிக்குச் செல்ல வேண்டுமே! கடமை உணர்வு அவனைத் தூண்டியது.

ஜெயாவின் வலது கரத்தைப் பற்றினான். அக்கரத்தை முத்தங்களால் நிறைத்தான்.

பிறகு மூலையில் கிடந்த காப்பை எடுத்து மெதுவாக அவளது கரத்தில் அணிவித்தான்.

"ஜெயா... எனக்காக இந்தக் கரம் மட்டும் வாழ்ந்தால் போதும், வேற ஒண்ணுமே வேண்டாம்..."

கூறிய அவன், கூறிய வேகத்திலேயே எழுந்து அந்த அதிகாலைப் பொழுதில் தெருவில் இறங்கி நடக்க ஆரம்பித்தான்.

ஜெயா அவனையே ஏக்கத்துடன் பார்த்தாள். அவளது அந்தக் கை மிகவும் கனத்தது.

22

அன்று அறுவடையின் ஆரம்ப நாளாகையால் அதி காலையிலே அந்தச் சேரி விழித்துக் கொண்டது.

மிக்கேலைச் சார்ந்த ஆட்கள் விரைவாக ஒன்று கூடினார்கள்.

அதேபோல முத்துவின் ஆட்களும் தனியாக ஒன்று கூடி நின்றார்கள்.

அந்த நேரத்தில் முத்துவின் ஆட்கள் விரைவாக ஒன்று கூடுவதைக் கண்டு மிக்கேலின் ஆட்கள் அதிர்ச்சியடைந்ததாகவே தெரியவில்லை. ஏதோ எதிர்பார்த்த ஒன்று நடப்பதாகவே இருந்தது அவர்களது இந்தப் போக்கு. ஒன்றுகூடிய அவர்கள் விரைவாக வயலை நோக்கி நடந்தார்கள்.

அக்கூட்டம் எந்தவிதமான உணர்ச்சியும் இல்லாமல் செல்வதைக் கண்ட முத்து வியந்தான். அவனது இதயத்தில் ஒரு பெரிய கேள்விக் குறி எழுந்தது. தங்களது திட்டம் அவர்களுக்குத் தெரிந்திருக்குமோ? முதலாளிகளுக்கும் தெரிந்திருக்குமோ?

முத்துவின் ஆட்களும் புறப்படத் தயாரானார்கள். ஆண்கள், பெண்கள், சிறுவர், சிறுமியர் அனைவருமே புறப்பட்டார்கள்.

இதயத்தில் எழுந்த சந்தேகத்தை ஒதுக்கித் தள்ளிவிட்டு முத்து கூறினான்:

"நாம எல்லாரும் கட்டுப்பாடுடன் நடக்கணும். நானு எதச் செய்யச் சொல்றேனோ அதமட்டும் நீங்க செய்யுங்க. வேற ஒண்ணையுமே செய்ய வேண்டாம். நானு பட்டாளத்துக்காரன். போருல கேப்டன் சொல்லுக்குக் கட்டுப்பட்டு நடந்தவன். அதே மாதிரி நாம இன்னைக்குப் போருக்குப் போறோம். நானு சொல்றதுக்கு மாறா யாரும் நடக்கக் கூடாது. நிச்சயம் நாம வெற்றியோட தான் திரும்புவோம்."

செல்வம் அவர்களுக்கு முன்பாக வந்தான். அவர்கள் அனைவரையும் நிமிர்ந்து பார்த்துக் கூறினான்:

"நாம கிறிஸ்தவுங்க... கிறிஸ்தவுங்களுக்கு உரிய சொத்து செபம். செபம் செய்துட்டு இக்காரியத்த ஆரம்பிச்சா நிச்சயம் கடவுள் துணை

நமக்கு இருக்கும். அதனால் ஒரு சின்னச் செபம் சொல்லிட்டுப் புறப்படுவோம். நிச்சயம் வெற்றி நமக்குத்தான்.”

தலைகுனிந்து, கரங்குவித்து ஒரு நிமிடம் அமைதியாக இருந்த அவன் ஒரு பாடலை உணர்ச்சியுடன் பாட ஆரம்பித்தான். அந்த நேரத்தில் அந்தச் சூழ்நிலையில் அந்தப் பாடல் எவ்வளவோ பொருளுடையதாக இருந்தது.

உணர்ச்சிப் பிழம்பாக இருந்த அந்தக் கூட்டமும் அவனைத் தொடர்ந்து ஒரே குரலில் பாடியது.

“நமதே வெற்றி! நமதே வெற்றி!
இயேசுவின் பெயரால் என்றுமே வெற்றி!
இயேசுவே இணைந்து போரிடும் போது
யார்தான் நம்மை வென்றிட முடியும்?”

அவர்கள் பாடி முடிக்கவும் செல்வம் குரலை உயர்த்திப் பக்திப் பரவசத்தில் செபிக்க ஆரம்பித்தான்:

“இறைவா, மூவாயிரம் வருஷத்துக்கு முன்னால இஸ்ராயேல் மக்களை எகிப்தியர் அடிமைத் தனத்திலிருந்து மீட்டுக் காத்தீர். இன்னைக்கு எங்கள இந்தச் சாதி வெறி பிடித்த பணக்காரங்க கையிலிருந்து விடுவியும். அன்னைக்கு அவுங்கள வழிநடத்திச் சென்றது நீர். அதுபோல இன்னைக்கு எங்கள் வழி நடத்திச் செல்லும். அவுங்களுக்கு விடுதலை கொடுத்ததுபோல எங்களுக்கு இன்னைக்கு விடுதலை கொடுத்தருளும்.”

இதயத்தின் ஆழத்திலிருந்து அந்தச் செபம் வெளிப்பட்டது. செபித்து முடித்த அவன் மறுபடியும் ஒரு பாடலை ஆரம்பித்து அதைப் பாடியபடி வயலை நோக்கி வீறுநடை போட்டு நடக்க ஆரம்பித்தான்.

அவனைப் பின்பற்றி அப்பாடலைப் பாடியபடியே வயலை நோக்கி நடக்க ஆரம்பித்தது அக்கூட்டம்.

“விடுதலை எனக்கு அளிக்கிறார்
ஆண்டவர் விடுதலை அளிக்கிறார்
விடுதலை... விடுதலை... விடுதலை
ஒடுக்கப்பட்டோருக்கு விடுதலை
உரிமையற்றோருக்கு விடுதலை
விடுதலை... விடுதலை... விடுதலை...”

வீறுநடை போட்டு ஆடிப் பாடியபடியே வயலை அடைந்த அந்தப் புரட்சிக் கூட்டம் திடுக்கிட்டது; திகைத்து நின்றது.

அங்கே...

ஆயுதம் ஏந்திய போலீஸார் சின்னவரின் வயலைப் பாதுகாத்து நிற்க அந்தப் பாதுகாப்பில் மிக்கேலின் ஆட்கள் நெல்லை அறுத்துக் கொண்டிருந்தார்கள்.

மிக்கேல் இக்கூட்டத்தைப் பார்த்து ஏளனமாகச் சிரித்தான்.

திகைத்துப் போய் நின்ற முத்து மிக்கேலின் ஏளனச் சிரிப்பைக் கேட்டான். "அடப்பாவி... எல்லாம் உன் வேல தானா?"

தனது இதயத்து வெறுப்பை எல்லாம் காட்டும் வண்ணம் காறித் துப்பினான்.

செய்வதறியாது திகைத்து நின்ற அந்தக் கூட்டத்தை நோக்கி வந்தனர் பெரியவரும் சின்னவரும். "ஏண்டா... தடிப்பயலுகளா... என் வயல்ல இறங்கி அறுவடை செய்யலாம்னா வந்தீக... வாங்கடா... வாங்க. அறுவட செய்யுங்கடா" என்றார் சின்னவர் கோபமாக.

கூட்டத்திலிருந்த செல்வம் முன்னால் வந்து பெரியவரை நோக்கி உணர்ச்சியுடன் சொன்னான்:

"மொதலாளி... நீங்க செய்றது நியாயமில்ல."

"என்னடா நியாயத்தக் கண்டுட்ட?"

"மொதலாளி... கல்லறப் பிரச்சன வேற... உங்க வயல்ல வேல செய்யுற பிரச்சன வேற... ரெண்டையும் ஒண்ணாக்காதீங்க."

"ஓகோ... வேற வேற பிரச்சனையோ!"

"ஆமா... கல்லறச் சுவர இடிச்சொம். கோயில் பெஞ்சில உட்காருவோம்னு கேட்டோம். உண்மதான். ஆனா அதுக்காகப் பரம்பர பரம்பரயா வேல செஞ்சிக்கிட்டு இருந்த எங்க பொழப்பக் கெடுக்கிறது நியாயமில்ல."

"அப்படியா?" இளக்காரமாகக் கேட்டார் அவர்.

"ஆமா... வயல்ல வேல செய்யுறது எங்க உரிம. அந்த உரிமயத் தடுக்க உங்களுக்கு அதிகாரமில்ல."

அவர்கள் பேச்சிற்கிடையே குறுக்கிட்டார் பெரியவர். "அதே மாதிரிதாண்டா தனிக் கல்லற, தனிப் பெஞ்சு வச்சிக்கிறது எங்க உரிம. அதுல தலையிட உங்களுக்கு அதிகாரமில்லடா."

"இல்ல... நம்ம மதத்துல அதுக்கு இடம் கிடையாது."

"அது மாதிரி, எங்க சட்டத்துல உங்களுக்கு வேல கொடுக்கணுங்கிற கட்டாயம் இல்ல."

"இப்ப நீங்க எங்களுக்கு வேல கொடுத்துத்தான் ஆகணும்."

"தாராளமா... நாங்க செஞ்சது தப்புன்னு சொல்லி எங்க காலுல விழுந்து மன்னிப்புக் கேளுங்க... அடுத்த நிமிஷம் எல்லாரும் வயல்ல இறங்கலாம்."

"இது நியாயமில்ல. குற்றம் செய்தது நீங்க... நாங்க மன்னிப்புக் கேட்கணுமா? அது மட்டும் நடக்காது."

"அப்ப வீட்டுக்குப் போங்க."

"நாங்க பலவந்தமா நுழைவோம்."

"நுழைஞ்சி பாருடா" என்றார் கோபமாக.

செல்வத்திற்கு அதற்குமேல் என்ன சொல்வதென்று தெரியவில்லை. அங்கே சிறிது தொலைவில் நின்றுகொண்டிருந்த சப் இன்ஸ்பெக்டரைப் பார்த்தான். மெதுவாக அவரை நோக்கி நடந்தான்.

"சார்... நாங்க இந்த வயல்ல அறுவட செய்ய வந்திருக்கோம். எங்களுக்கு நீங்கதான் பாதுகாப்புக் கொடுக்கணும்" என்றான் பணிவாக.

"வயலுக்குச் சொந்தக்காரர் உங்கள வேலைக்குக் கூப்பிட்டாரா?"

"இல்ல சார்."

"அப்ப நீங்க வயல்ல இறங்கக் கூடாது."

"ஏன் சார்?"

"அது அவுங்க நிலம்."

"சார்... நாங்க எந்தக் குற்றமும் செய்யலையே. கூலி உயர்வுகூடக் கேக்கலையே. பரம்பர பரம்பரயா இந்த வயல்லதான் வேல செஞ்சிக்கிட்டு இருக்கோம். திடீருன்னு நிப்பாட்டிட்டா எப்படி சார்?"

"இங்க பாரு... வீணா கலாட்டாச் செய்யாத. ஒண்ணும் பேசாமத் திரும்பிப் போயிரு."

"அப்ப நீங்க எங்களுக்கு உதவமாட்டீங்க?"

"இப்ப மரியாதயா எல்லாரும் போறீங்களா... இல்ல"

"சார்... நீங்க கூலிக்காரங்களுக்கு ஆதரவா இல்லையினா நாங்க பலாத்காரமா வயல்ல இறங்க வேண்டியிருக்கும்."

"என்னடா மிரட்டுறயா? பறப் பயலுக்கு அம்புட்டுத் திமிரா? இறங்கிப் பாருங்கடா..."

"சார்... மரியாதயாப் பேசுங்க..."

"என்னடா மரியாத... பறப் பயலுக்கு மரியாத கேக்குதா?" என்று கோபமாகக் கூறியபடி அவனது கழுத்தைப் பிடித்துத் தள்ளினார்.

பொத்தென்று கீழே விழுந்தான் செல்வம்.

சப் இன்ஸ்பெக்டர் அவனை அவ்வாறு நடத்தியது முத்துவின் உள்ளத்தில் வெறியைத் தூண்டியது. தான் என்ன சொல்கிறோம் என்பதை முழுவதும் உணராமலேயே சப்தமாகக் கத்தினான்:

"டேய்... எல்லாரும் வயல்ல இறங்கி அறுங்கடா... எவன் தடுத்தாலும் மீறிக்கிட்டுப் போயி அறுங்கடா..."

கத்திய அவனே முதல் ஆளாக அரிவாளைத் தூக்கிக் கொண்டு வயலை நோக்கி ஓடினான். அவனைத் தொடர்ந்து மற்றவர்களும் 'ஓ' வென்று கத்தியபடியே ஓடினார்கள்.

அவ்வளவுதான். அடுத்த வினாடி, ஓடிய அவர்களைப் போலீஸாரின் இரும்புக் கரம் தடுத்தது.

பயப்படவில்லை அவர்கள். துணிந்து ஓடினார்கள். ஆனால், போலீஸார் பம்பரமாகச் சுழன்று அவர்களை அடி அடி என்று அடித்தார்கள்.

அடியைத் தாங்க மாட்டாத அவர்கள் பின்வாங்கினார்கள். சிதறிப் போகவும் ஆரம்பித்தார்கள்.

பெரியவரும், சின்னவரும் வெற்றிக் களிப்பில் சிரித்தார்கள்.

கீழே விழுந்த செல்வம் மெதுவாக எழுந்தான். பின் வாங்கிச் சிதறும் தனது மக்களைக் கண்டான். வெற்றி மிதப்பில் முதலாளிகள் சிரிக்கும் அந்தச் சிரிப்பைக் கண்டான். அந்தச் சிரிப்பு-

அநீதத்தின் சிரிப்பாக,

சாதி வெறியர்களின் சிரிப்பாக,

கொடுமையாளர்களின் சிரிப்பாக,

அலகையின் சிரிப்பாக அவனுக்குப் பட்டது.

இந்த ஏழை அரிசன மக்களுக்கு வாழ்வே கிடையாதா? சாதி வெறியர்களால் இவர்கள் அடிமைப்பட்டுத் தான் இருக்க வேண்டுமா? இவர்களிடமிருந்து விடுதலையே கிடையாதா? இந்தச் சாதி வெறியர்களின் காலில் விழுந்தால்தான் வாழ்வா? இந்தச் சாதி வெறியர்களா உண்மைக் கிறிஸ்தவர்கள்? இந்தப் பணக்காரரர்களா உண்மைக் கிறிஸ்தவர்கள்? ஏழைகளை வதைக்கும் இவர்களா உண்மைக் கிறிஸ்தவர்கள்?

வேதனையோடு அந்தப் பரந்த வயலைப் பார்த்தான் செல்வம். நெல்மணிகள் முற்றியதால் பயிர்கள் தலை சாய்ந்து படுத்துக் கிடந்தன. அந்த வயல்களையே பார்த்த அவன் கோயில் நிலத்தையும் பார்த்தான்.

இந்தக் கோயில் நிலம் எதற்காக இருக்கிறது? கடவுளுக்காகவா? சுவாமியாருக்காகவா? கஷ்டப்படும் மக்களுக்காகவா? கடவுளுக்கு எதற்கு நிலம்? கோயிலுக்கு எதற்கு நிலம்? சுவாமியாருக்கு எதற்கு நிலம்? பசியால் வாடும் மக்களுக்குத்தானே நிலம் வேண்டும்! ஏழைகளில் தானே இறைவன் இருப்பதாக இயேசு கூறியிருக்கிறார்? அந்த ஏழைகளுக்கு உதவாத நிலம் எதற்கு இருக்க வேண்டும்? இந்த நிலத்தில்தானே கோயிலுக்கென்று ஏழைகள் சும்மா வேலை செய்தார்கள்? இந்த நிலத்தில் இறங்கி ஏன் அறுவடை செய்யக் கூடாது? பசிக்கின்ற வயிற்றுக்கு வேண்டிய உணவை இந்த வயலில் இருந்து ஏன் எடுக்கக்கூடாது? அன்று வயலில் கதிரைப் பறித்த சீடர்களது செயலைச் சரி என்று கூறிய இயேசு இச்செயலை மட்டும் சரி இல்லை என்று சொல்வாரா?

செல்வத்திடம் இந்த எண்ணங்கள் எழவும் சிதறிப் பின்வாங்கிச் சென்ற தனது மக்களை நோக்கி விரைந்து சென்றான்.

அவர்களை ஒன்று சேர்த்து அவர்கள் மத்தியில் கம்பீரமாக நின்று கூற ஆரம்பித்தான்:

“நம்ம கடவுளுதான் இங்க அழைச்சிக்கிட்டு வந்தாரு. இப்ப அந்தக் கடவுள், நம்மள அவரு நிலத்தில் இறங்கி அறுக்கச் சொல்றாரு. அவருக்காகக் கஷ்டப்படும் நம்மளக் கைவிடமாட்டாரு. துணிஞ்சி இறங்குங்க... அறுவடை செய்யுங்க... நாம் நட்ட நாற்று அது... அதனால துணிஞ்சி அறுங்க... இது கடவுளு நிலம்... அந்தக் கடவுளு

நம்ம பக்கம் இருக்காரு... நிலத்தயும் நமக்குக் கொடுத்திட்டாரு... யாரு தடுத்தாலும் கேட்காதீங்க. போலீசு அடிச்சாலும் ஓடாதீங்க... தொடர்ந்து அறுங்க... இங்கேயே செத்து விழுந்தாலும் பரவாயில்ல. கடவுளு கொள்கைய மறுதலிச்சிட்டு உயர்ந்த சாதிக்காரங்க காலுல விழுகிறதவிட இங்கேயே செத்து விழுவோம்... இறங்குங்க... வயலுல இறங்குங்க... போங்க... கடவுளு காப்பாரு... கடவுளு காப்பாரு... கைவிட மாட்டாரு...

அவனது இச்சொற்கள் அக்கூட்டத்திற்குப் புத்துயிர் அளித்தன. "கடவுள் காப்பார்... கடவுள் காப்பார்" என்று கூறிக்கொண்டே அந்தப் புரட்சிக் கும்பல் கோயில் நிலத்தில் இறங்கி அறுவடை செய்ய ஆரம்பித்தது.

சுவாமியார் ஜோசப்பிற்கு அங்கே நடப்பது ஒன்றும் தெரியாது. அவர் வழக்கப்படித் தனது நிலத்தைச் சுற்றிப் பார்த்துக்கொண்டிருந்தார்.

"கேளுங்கள் கொடுக்கப்படும்... தட்டுங்கள் திறக்கப்படும்" என்ற இயேசுவின் வார்த்தையில் நம்பிக்கை வைத்த அவர் முத்துவின் பிரிவைச் சார்ந்த பெண்கள் வந்து பண உதவி கேட்பார்கள், கொடுக்கலாம் என்று காத்திருந்தார். அப்பெண்கள் வராதது ஆச்சரியத்தைக் கொடுத்தது. தானாக முன் சென்று கொடுக்கவோ அவருக்குத் துணிவில்லை. சுய கௌரவம் அவரைத் தடுத்தது.

இந்த நிலையில் சிறையிலிருந்து மீண்டு வந்த ஆண்கள் வேலை வேண்டும் என்று கேட்டால் கொடுக்கலாம் என்று முடிவு செய்தார். அவர்கள் வருவார்கள் எனக் காத்திருந்தார்.

இந்த நிலையில்தான் வயலைச் சுற்றிப் பார்த்துக்கொண்டிருந்தார் சுவாமியார். அப்பொழுது -

அவரை நோக்கி வேகமாக வந்தார் பெரியவர். "சாமி சாமி... எல்லாம் போச்சி... அந்தத் தடிப்பயலுக நம்ம கோயிலு நெலத்துல இறங்கி நெல்லத் திருடிகிட்டுப் போறாங்க... நீங்க தடுன்னு ஒரு வார்த்த சொல்லுங்க... ஓடிப் போயி எல்லாத்தையும் சரி செஞ்சிர்றேன், சொல்லுங்க சாமி சீக்கிரம்.

சுவாமியாரைச் சிந்திக்க விடாமல் பதில் சொல்ல அவசரப்படுத்தினார் பெரியவர்.

பட்டப் பகலிலா திருடுகிறார்கள்? திருட்டைத் தடுக்க வேண்டியது தானே? ஏன் என் உத்தரவிற்கு வரவேண்டும்? என்று அவர் சிந்திக்கவில்லை.

நெல் திருடு போகிறதே என்ற அவசரத்தில் "தடுங்க" என்று பெரியவரிடம் பதட்டத்துடன் கூறினார்.

சுவாமியாரிடம் உத்தரவு வாங்கிய பெரியவர் போலீசாரிடம் விரைந்து வந்து கூறவும் அந்தப் போலீஸ் படை வயலில் இறங்கியது.

அடுத்த வினாடி...

அங்கே ஒரு பெரிய போரே மூண்டது. போலீசார் மதம் பிடித்த யானையாக அவர்களைத் தடியால் அடி அடியென்று அடித்து நொறுக்கினார்கள்.

"ஐயோ... அம்மா" என்ற சப்தம்தான் கேட்டதே தவிர ஒருவரும் வயலைவிட்டு வெளியே வரவில்லை. போலீசாரைத் தள்ளிக்கொண்டு அறுவடை செய்தனர்.

போலீசார் முன்னிலும் அதிக வேகத்தில் அடித்து நொறுக்க ஆரம்பித்தார்கள்.

சிலருக்கு மண்டை உடைந்தது... இன்னும் சிலரது கைகள் ஒடிந்தன.

செல்வம் குரலை உயர்த்திக் கத்தினான்: "பின்வாங்காதீங்க... அறுங்க... கடவுள் நம்மோடே இருக்கார். கடவுள் காப்பார்... கடவுள் காப்பார்..."

ஏற்கனவே கோபத்தில் துடித்துக்கொண்டிருந்த சப் இன்ஸ்பெக்டரைச் செல்வத்தின் குரல் வெறியனாக்கியது. "ஏண்டா... கடவுளாடா காப்பாரு... காப்பாத்தட்டுண்டா... காப்பாத்தட்டுண்டா."

கூறிக்கொண்டே அவர் மிருகத்தைப்போல செல்வத்தின் மீது பாய்ந்து தாக்கினார். அடி அடியென்று அடித்து நொறுக்கினார்.

மண்டை உடைய, கையெலும்பு முறியக் கீழே விழுந்தான் செல்வம். "கடவுள் காப்பார்... கடவுள் காப்பார்." அந்த வேதனையிலும் கத்தினான் அவன்.

"காப்பாத்தட்டுண்டா" வெறி பிடித்தவராகச் சப் இன்ஸ்பெக்டர் கீழே விழுந்து கிடந்த செல்வத்தைத் தன் பூட்ஸ் காலால் மிதித்துத் துவைத்தார். அவரது அந்த பூட்ஸ் கால் செல்வத்தின் படக்கூடாத இடத்தில் பட்டு, அவனை...

"கடவுள் காப்பார்... கட...வு...ள் கா...கா..." செல்வத்தின் தலை சாய்ந்தது... குரல் ஒடுங்கியது...

23

மிக்கேலின் வீட்டிற்கு முன்பாக அந்தச் சேரியே ஒன்றுகூடி நின்றது.

செல்வத்தின் உடலைக் கண்டு அந்த ஊரே கதறித் துடித்தது.

பிளவுபட்டு இரண்டாகப் பிரிந்திருந்த அந்தச் சேரி ஒன்றுகூடி ஒன்றாக அவனுடைய அடக்கத்திற்காகக் காத்திருந்தது.

இந்த ஒற்றுமை இயற்கையாக எழுந்த ஒற்றுமை; வேதனையில், துன்பத்தில் எழுந்த ஒற்றுமை. சாதிப் பாகுபாட்டால், மன வேற்றுமையால், மதக் கட்டுப்பாட்டால் பிரிக்க முடியாத ஒற்றுமை அது.

செல்வத்தின் உடலின் மீது விழுந்து அவனது அம்மா அன்னம்மாள் கதறிக் கதறி அழுத அந்த ஓலம் கூடியிருந்தவர்களின் இதயத்தைக் கரைத்து மெழுகாக உருக்கியது. "ஏ ராசா... நான் பெத்த மகனே போயிட்டியாடா... என்ன விட்டுட்டுப் போயிட்டியாடா... சாமியாராப் போறேன்னு சொன்னியே... இப்ப அந்தச் சாமிகிட்டயே போயிட்டியாடா..."

மிக்கேல் அனைத்தையும் இழந்தவனாக, வேதனையை மட்டுமே கொண்டவனாக அங்கே அமர்ந்திருந்தான். அன்னம்மாளின் ஓலம் அவனது இதயத்தை வாளாய் வெட்டியது.

"ஏ... என் ராசா... உன்னக் கொன்னுட்டாங்களே... நீ என்னடா செஞ்ச... சொல்லுடா... சொல்லமாட்டியா... உன்ன யாருடா கொன்னது...? சொல்லுடா... வாயத் திறந்து சொல்லுடா... உங்கப்பந்தானடா உன்னக் கொன்னான்... படுபாவிப் பய... பெத்த பாசமே இல்லாம உனக்கு விரோதமா எல்லாஞ் செஞ்சானே..."

வேதனையோடு மிக்கேல் பக்கம் திரும்பினாள். "ஏ... நீ உருப்படுவியா... எம் மகனக் கொன்னுட்டு இப்படிக் கல்லு மாதிரி இருக்கயே... உனக்கு ஒரு கொள்ள நோயி வராதா... பொக்குன்னு உன் உயிரு போகாதா...?"

அவளின் வேதனை கடவுளை நோக்கியும் உயர்ந்தது. "ஏ கடவுளே... உனக்குக் கண்ணு இருக்கா...? எம் மகன இப்படிக் கொன்னுட்டியே... உங்கண்ணுல பொட்டு விழுக... உங்கண்ணுல சுண்ணாம்பு விழுக..."

மிக்கேல் தலை குனிந்தபடியே நின்று கொண்டிருந்தான். செல்வம் உயிர் பிரியும் அந்த வேளையில் துடித்த துடிப்பு மறுபடியும் திரைப்படம் போல அவனுடைய கண்கள் முன்பாக ஓடியது.

அவனுடைய மனதில் ஆயிரக்கணக்கான கேள்விகள் எழுந்தன...

'நானு எதுக்காக மொதலாளிக பக்கம் சேர்ந்தேன்? நாட்டாம பதவிக்கு ஆசப்பட்டா? எம்மகன எதுக்காக விறகால அடிச்சேன்? எதுக்காக வீட்ட விட்டு விரட்டினேன்? இவனக் கொல்றதுக்கா? நானு மொதலாளிகளோடே சேர்ந்ததுக்குக் கிடைச்ச தண்டனையா இது? அதனாலதான் கடவுளு எம்மகன எடுத்துக்கிட்டாரா? இனுமே நானு எதுக்காக வாழணும்? எதுக்காக உசுரோடே இருக்கணும்?'

மிக்கேல் தனக்குப் பக்கத்தில் இருந்த முத்துவைக் கட்டிப் பிடித்துக்கொண்டு 'ஓ'வென்று அழுதான். ஊரே வேதனையில் துடித்துக்கொண்டிருந்த அந்த நேரத்தில் அந்தச் சேரித் தெருவுக்கு வந்தார் சுவாமியார் ஜோசப்.

அவருக்கு முன்பாக அங்கே வந்திருந்த கோடி வீட்டுக்காரரர் அவரை வெறுப்புடன் பார்த்தார்.

வேதனையின் மொத்த வடிவமாக, செய்த தவறுக்கு வருந்துபவராக, அதற்கு மன்னிப்பும், பரிகாரமும், செய்வதற்காக, ஈடு செய்ய முடியாத இழப்பின் இறுதி ஊர்வலத்தில் கலந்து கொள்வதற்காக அங்கே வந்திருந்த சுவாமியாரை அந்தச் சேரியே வெறுப்புடன் பார்த்தது.

அவரால் தானே செல்வம் இறக்க நேரிட்டது. அன்று ஊர்க் கூட்டத்தில் செல்வம் செய்தது சரி என்று துணிந்து சுவாமியார் சொல்லியிருந்தால் இந்த நிலை ஏற்பட்டிருக்குமா? அல்லது சேரி ஆட்களுடன் சுவர் இருந்திருந்தால் இப்படிப்பட்ட சூழ்நிலை உருவாகியிருக்குமா? பட்டினியாகக் கிடந்த இவர்களை அவர் கோயில் நிலத்தில் அறுவடை செய்ய அனுமதித்திருந்தால் இந்நிகழ்ச்சி நடந்திருக்குமா? அனைத்தையும் நினைக்க நினைக்க அவரது நெஞ்சு வெடித்து விடும்போல் இருந்தது.

அனைத்திற்கும் காரணம் அவர்தானே? அனைவரையும் பிரியப்படுத்த வேண்டும் என்கின்ற எண்ணம்தானே? அந்த எண்ணம் இறுதியில் உயர்ந்த சாதியினரைப் பிரியப்படுத்த வேண்டும் என்பதில் தானே முடிந்தது. அவர் இயேசுவின் பாதையிலிருந்து தவறியதால் கடவுள் அவருக்குக் கொடுத்த தண்டனைதானே இது?

இவ்வாறு நினைத்த ஜோசப் சுவாமியார் இனிமேலும் தான் இப்படி இருக்கக்கூடாது என்று முடிவு செய்தார். முற்றிலும் மாறத் தீர்மானித்தார்.

அவரை வெறுப்புடன் பார்த்த முத்துவின் அருகில் துணிந்து சென்றார் அவர்.

"முத்து"

"......" முத்து சலனமற்று நின்றான். ஒன்றும் பேசவில்லை. ஆனால் அவனது உள்ளம் எரிமலையாகக் குமுறிக்கொண்டிருந்தது.

"முத்து... எல்லாம் நான் செய்த தப்பு... அதுக்குப் பரிகாரம் செய்யத்தான் வந்திருக்கேன். முத்து... உங்க எல்லாத்தையும் மறுபடி ஊருல சேர்த்துக்கிடச் சொல்றேன்... நீங்க கோயில்ல எங்கானாலும் உக்காரலாம்... செல்வத்தைக் கோயிலுக்குத் தூக்கிக்கிட்டு வாங்க. மொதல்ல பூசை வைப்போம்... அதுக்கப்புறம் அடக்கம் செய்யலாம்."

முத்து அவரை வெறுப்புடன் பார்த்தான். பற்களை நறுநறுவென்று கடித்தான். உணர்ச்சி வேகத்தில் வார்த்தைகள் அவன் வாயிலிருந்து தெறித்தன. வார்த்தைகளா அவைகள்? நெருப்புத் துண்டுகள்!

"போயா... போ... நீயும், உங் கோயிலும், உம் பெஞ்சும், பூசையும்" என்று கூறிவிட்டுக் கூட நின்றவர்களிடம் "டேய்... தூக்குங்கடா" என்றான்.

சுவாமியார் அவமானத்தால் குன்றிப் போய் நின்றார்.

ஆம், செல்வத்தின் வாழ்வே ஒரு திருப்பலிதானே!

சுவாமியார் மறுபடியும் முத்துவிடம் சொன்னார்: "முத்து... இவன ஊருல இருந்து தள்ளிட்டோம்னு நெனச்சி கல்லறயில புதைக்காம இருந்திராதீங்க... உங்க கல்லறயிலயே பொதைங்க!"

சுவாமியாரின் அந்த வார்த்தைகள் அந்தச் சூழ்நிலையில் முத்துவின் ஆத்திரத்தை இன்னும் அதிகரித்தன.

"யோவ்... போயா... எங்க கல்லறயில பொதக்கிறதுக்கு எதுக்குயா உம்மகிட்ட உத்தரவு கேக்கணும்? அங்கதான் குழி வெட்டியிருக்கோம். அங்கதான் பொதைக்கப் போறோம். நீரெல்லாம் ஒரு சாமியாரா? போ... போயி அந்த மொதலாளிக காலுல விழுந்துகிட."

அக்கூட்டம் அவரை ஒரு பொருட்டாகவே மதிக்கவில்லை. வேண்டாத ஒரு பொருளைத் தூக்கி எறிவது போல எறிந்தது.

சுவாமியார் ஜோசப் அவமானத்திற்குமேல் அவமானம் அடைந்து துக்கத்தால், வேதனையால் தலைகவிழ்ந்து நின்றார்.

செல்வத்தின் உடலைத் தூக்கிக்கொண்டு ஆண்கள் அனைவரும் அமைதியாகக் கல்லறையை நோக்கி நடந்தார்கள். அனைவருக்கும் பின்னால் சுவாமியார் குனிந்த தலையுடனும் குறுகிய தோள்களுடனும் சென்றார்.

தூக்கிச் செல்லப்பட்ட அந்த உடலையே பார்த்துக் கொண்டிருந்தாள் ஜெயா... அவளது கண்கள் கண்ணீர் சிந்தவில்லை.

ஆனால்-

அவளுடைய உயிர், உதடுகள் துடித்துக்கொண்டே இருந்தன.

தூக்கிச் செல்லப்பட்ட செல்வத்தின் உடலை அரிசனங்கள் தங்களது கல்லறையில் தோண்டப்பட்டிருந்த குழிக்கருகில் வைத்து அனைவரும் அமைதியாக நின்றார்கள்.

அப்பொழுது-

குழி தோண்டுவதற்காகக் கொண்டுவந்திருந்த அந்தக் கடப்பாரை அங்கே கிடப்பதைப் பார்த்தார் சுவாமியார். அவரது உள்ளத்தில் ஒரு புதிய உணர்ச்சி பிறந்தது. அந்த உணர்ச்சி வேகத்தில், வேகமாகச் சென்று அந்தக் கடப்பாரையைத் தூக்கினார். தூக்கிக்கொண்டு அரிசனங்களது கல்லறையையும் உயர் சாதியினரது கல்லறையையும் பிரிப்பதற்காகப் புதிதாகக் கட்டப்பட்டிருந்த அந்த சிமெண்ட் சுவருக்கு அருகில் சென்றார்.

அந்தச் சுவரை வெறித்துப் பார்த்தார். பார்த்த படியே, "நீ இருக்கக் கூடாது என்பதற்காகத்தானே செல்வம் பாடுபட்டான். அவனே இப்பப் போயிட்டான். அவனே போனபிறகு நீ எதுக்கு இருக்கணும்? போ... ஒழிஞ்சு போ... நீ இருக்காதே. போ... போ..." என்று கத்திக் கொண்டே வெறிபிடித்தவர்போல அந்தச் சுவரைக் கடப்பாரையால் இடித்துத் தகர்க்க ஆரம்பித்தார். அவரது அந்தச் செயலால் அந்தக் கூட்டமே அதிர்ந்து திகைத்து நின்றது ஒரு வினாடி.

அடுத்த வினாடி...

சுவாமியாரை மேற்கொண்ட அதே உணர்ச்சி வேகம் அனைவரையும் பற்றிக்கொண்டது. வெறியுடன் அந்தச் சுவரை நோக்கிப் பாய்ந்தார்கள்.

"போ... ஒழிஞ்சி போ..." என்று கூறிக்கொண்டே அந்தச் சுவரின் மேல் மோதி, இடித்து, கற்களைப் பறித்துத் தரையோடு தரையாக ஆக்கினார்கள்.

சுவாமியாரின் உணர்ச்சி வேகம் தணியவில்லை. “செல்வத்தை அங்கே புதைக்காதீங்க, இங்க... இந்தப் பக்கம். மேல் சாதிக்காரங்க கல்லறயில பொதைங்க. செல்வத்தின் சாவு சாதி வெறியர்களுக்குச் சாவுமணி அடிக்கட்டும். கிறிஸ்தவ மதத்துல சாதி வெறியும், சாதியும் இருக்கக்கூடாதுங்கிறது தெரியட்டும்... நமக்கு ஒரு கௌரவமான வாழ்வ இனி கொடுக்கட்டும்” என்று கூறியபடியே உயர் சாதியினரது கல்லறையில் மையப் பகுதியாக விளங்கிய ஒரு இடத்தில் மண் வெட்டியை எடுத்துக் குழிவெட்ட ஆரம்பித்தார்.

பாய்ந்து சென்று அவருடைய கரத்திலிருந்த மண் வெட்டியைப் பறித்த குரூஸ், “படார் படார்...” என்று அங்கே வேகமாகக் குழிவெட்ட ஆரம்பித்தான்.

ஒருசில மணித் துளிகளுக்குள் அக்குழி வெட்டப்பட்டது.

அந்தக் குழியை நோக்கிச் செல்வத்தின் உடலைத் தூக்கிச் சென்றார்கள். அந்தக் குழிக்குள் செல்வத்தின் உடலை மெதுவாக வைத்தார்கள்.

சுவாமியார் செல்வத்தின் உடலையே பார்த்துக்கொண்டிருந்தார். அவரது கண்கள் கண்ணீர் குளமாயின. அவனைப் பார்த்துத் தனது இதயத்து வேதனைகளைக் கொட்ட ஆரம்பித்தார்:

“செல்வம்... அன்னைக்கு ஆண்டவர் கோதுமை மணி மண்ணுல விழுந்து மடிந்தாத்தான் அது பலனத்தரும்னு சொன்னாரு... செல்வம்... அந்த இயேசுவின் வாக்க இன்னைக்கு உண்மையாக்கிட்டப்பா... கடவுள் காப்பாருன்னு நம்புன; அந்தக் கடவுள் உண்மையிலேயே உன்னைக் காப்பாத்திட்டாருப்பா... உன் கொள்கயக் காப்பாத்திட்டாருப்பா. உன் இறப்பு மூலமா இவுங்களுக்குப் புதிய வாழ்வக் கொடுத்திட்டாருப்பா. அதே சமயத்தில் உன் இறப்பு என் அகக் கண்களைத் திறந்திருச்சிப்பா... துணிஞ்சி ஒரு முடிவ எடுக்கப் பயந்த என்ன நீ இப்போ துணிஞ்சி எடுக்க வச்கிட்டப்பா... அதனாலதான் இந்தச் சுவரை உடைச்சிட்டோம். உன்னயும் இங்க பொதைக்கிறோம்... நான் செய்த எல்லாக் குற்றத்தையும் மன்னிச்சிருப்பா...”

வேதனையோடு செல்வத்தின் உடலைப் பார்த்துக் கூறியபின் அவர் கூட்டத்தினரிடம் சொன்னார்:

“நீங்க எல்லாரும் என்ன மன்னிச்சிருங்க; இனிமே உயர் சாதியினரிடம் இருந்து எந்தவிதமான தொந்தரவும் வராம நானு பாத்துக்கிறேன். இனிமே இவுங்க வேல தரமாட்டாங்களேன்னு

பயப்பட வேண்டாம்... இறந்த இந்த செல்வத்தின் உடலுக்கு முன்பாக இருந்து சொல்றேன்: எந்தக் கோயிலு நிலத்துல இவன் இரத்தம் சிந்தினானோ அந்தக் கோயிலு நெலம் முழுசும் உங்களுக்குத்தான். விளச்சல எல்லாரும் அறுவட செய்யுங்க. இருப்பத உங்களுக்குள்ள பகிர்ந்து கொள்ளுங்க. இனிமேக் கூட்டு முறையில விவசாயம் செஞ்சி அதன் பலன நீங்களே தலைமுறையா அனுபவிங்க."

கூறி முடித்த அவர் கல்லறையில் இருந்த செல்வத்தின் உடலை மறுபடியும் பார்த்தார்.

"செல்வம், உனக்காகக் கடவுளிடம் வேண்டுற நெலயில நானு இல்லப்பா... ஆனா நீ கட்டாயம் கடவுளோடுதான் இருப்ப... அந்தக் கடவுளிடம் எனக்காக வேண்டிக்கப்பா... இந்தப் பாவிக்காக வேண்டிக்கப்பா..."

விழிகளிலிருந்து வழிந்த கண்ணீர் அவரது அங்கியை நனைக்க மெதுவாகக் குனிந்து மண்ணை அள்ளிப் பூவைப் போடுவதுபோல அவனது உடலில் போட்டார்.

அங்கு நின்று கொண்டிருந்த கோடிவீட்டுக்காரரின் கண்களும் வேதனையால் சிவந்தன. நீர் மல்கக் குழியினருகே சென்ற அவர் குனிந்து இரு கைகளாலும் மண்ணை அள்ளிப் போட்டார். அவரது செயல் சுவாமியாரின் செயலை முற்றும் ஆதரிப்பதாக இருந்தது.

அவரைத் தொடர்ந்து மிக்கேல், வேதனையின் உருவாக மண்ணைப் போட்டான். பின் முத்து, குரூஸ்... எல்லாரும்...

செல்வத்தின் இறப்பு தந்த வாழ்வை நினைத்துக் கொண்டே அனைவரும் அங்கிருந்து சென்றனர்.

அவர்கள் அனைவரும் செல்லட்டும் என்று காத்திருந்ததுபோல அங்கே ஜெயா வந்தாள். மிகுந்த வேதனையோடு உடல் துடிக்க, உள்ளம் பதற அவனது கல்லறையின் அருகில் சென்று அமர்ந்தாள்.

அவளது உதடுகள் உணர்ச்சியால் துடித்தபடி இருந்தன. இதயமே இழகி, உருகி வார்த்தையாக வெளி வந்தது.

"என் செல்வமே... எல்லாரும் போயிட்டாங்க.. உங்களுக்கு ஒருபிடி மண்ணைத் தந்துட்டுப் போயிட்டாங்க ... உங்க இறப்பு அவுங்களுக்கு வாழ்வு தந்திருச்சுன்னு போயிட்டாங்க... ஆனா எனக்கு...? உங்களோட என் வாழ்வும் போயிருச்சிங்க... உங்கள விட்டுட்டு எனக்கு ஒரு வாழ்வு இருக்குன்னு நானு நெனச்சே பார்த்த

தில்லீங்க... ஆனா, அதப் புரிஞ்சிக்கிடாமலேயே நீங்க போயிட்டீங்களே... உங்க ஞாபகமா நானு என் கையில காப்பு மட்டும் அணிஞ்சிருந்தாப் போதும்னு சொன்னீங்களே... ஆனா, என்னயே உங்களுக்குத் தரத் தயாரா இருந்தேன். அத நீங்க ஏத்துக்கிடல... என் கையில அந்தக் காப்பு இருக்கணும்னுதானே சொன்னீங்க... இருக்குங்க... என்னைக்குமே இருக்குங்க.”

தனது கையில் அணிந்திருந்த வளையல்களை அவனுடைய கல்லறையில் கழற்றிவைத்தாள். மடியில் பத்திரமாகக் கொண்டுவந்த காப்பை அணிந்து கொண்டாள்.

“என் செல்வமே... என் ராசாவே... நீங்க ஏன் என் கை மட்டும் உங்களுக்காக வாழ்ந்தாப் போதும்னு சொன்னது இப்பத்தாங்க புரியுது... நீங்க சீக்கிரமா செத்துப் போயிருவேன்னு நெனச்சித்தானே அப்படிச் சொன்னீங்க... இங்க பாருங்க... இந்தக் காப்புக் கை மட்டும் உங்களுக்காக வாழாதுங்க... அதோடே சேர்ந்து என் உடலே உங்களுக்காக வாழுமுங்க... எனக்கு நீங்க சாகலிங்க... என்னுடைய மனசுல நீங்க வாழ்றீங்க... அங்க படுத்துத் தூங்குறீங்க... நல்லாத் தூங்குங்க... என் செல்வமே... என் ராசாவே நல்லாத் தூங்குங்க... தூங்குங்க...”

ஜெயாவின் விழிகளிலிருந்து விழுந்த கண்ணீர் அக் கல்லறையின் மேலிருந்த வளையல்களில் பட்டுச் சிதறி அந்த மண்ணை ஈரமாக்கியது.

அந்த ஈர மண் அதன்பின் உலர்ந்து போகவே இல்லை.

மாற்குவின் படைப்புகள்

அ. நாவல்கள்
1. வருவான் ஒருநாள் 1980)
2. சுவர்கள் (1984)
3. கத்தியின்றி ரத்தமின்றி (1987)
4. யாத்திரை (1993)
5. மறியல் (2006)
6. மறுபடியும் (2008)
7. இப்படியும் (2010)
8. எப்படியும் (2010)
9. உண்மையா... அது என்ன? (2011)
10. மீள்வெளி (2017)
11. இறங்கு (2016)
12. ஐம்பேரியற்கை (2018)
13. முன்னத்தி (2021)

ஆ. சிறுகதைத் தொகுப்பு
14. ஆவேசம் (2006)

இ. விழிப்புணர்வு
15. அடித்தள விழிப்பினிலே (1987)

ஈ. புலனாய்வு
16. குருதி குடிக்கும் குருஞ்சாகுளம் (1992)
17. சிறுவாச்சியில் ஒரு வெறியாட்சி (1992)
18. கிறிஸ்தவத்தில் தீண்டாமை (1994)
19. பஞ்சமி நிலப் போர். (1996)

உ. மானிட இயல்
20. அருந்ததியர்: வாழும் வரலாறு (2001)

ஊ. தன் வரலாறு
21. தேடல் (2007)
22. பேருவகை (2019)

எ. இறையியல்
23. செயலறம் (2013)